ಯೋಧರಿಗೊಂದು ನಮನ - 1

A SALUTE TO GREAT INDIAN SOLDIERS

D9900015

ಟಿಎನ್ನೆಸ್

Copyright © T N S
All Rights Reserved.

ISBN 979-888591385-0

This book has been published with all efforts taken to make the material error-free after the consent of the author. However, the author and the publisher do not assume and hereby disclaim any liability to any party for any loss, damage, or disruption caused by errors or omissions, whether such errors or omissions result from negligence, accident, or any other cause.

While every effort has been made to avoid any mistake or omission, this publication is being sold on the condition and understanding that neither the author nor the publishers or printers would be liable in any manner to any person by reason of any mistake or omission in this publication or for any action taken or omitted to be taken or advice rendered or accepted on the basis of this work. For any defect in printing or binding the publishers will be liable only to replace the defective copy by another copy of this work then available.

*** ಅರ್ಪಣೆ ***

ಶೃಂಗೇರಿ ಶಾರದೆಗೆ

ಉಡುಪಿಯ ಕೃಷ್ಣನಿಗೆ

ರಾಮಭಂಟ ಹನುಮನಿಗೆ

ನನ್ನ ಅಪ್ಪ - ಅಮ್ಮನಿಗೆ

ಪರಿವಿಡಿಗಳು

ಮುನ್ನುಡಿ	vii
1. ನಿಜವಾದ ಸೂಪರ್ ಮ್ಯಾನ್ – 'ರವೀಂದ್ರ ಆರ್ ಎನ್'	1
2. ಕೊಡಗಿನ ಶೂರ ಇಟ್ಟಿರ ಯೋಗೇಶ್ ಪೂವಯ್ಯ	4
3. ಅಟ್ಟಾರಿ ಗಡಿ ಕಾಯುತ್ತಿರುವ ಧೀರ ಕನ್ನಡಿಗ ಶಿವಣ್ಣ	9
4. ಕಾರ್ಗಿಲ್ ಕದನದ ಹೀರೋ - ಬೆಳಗಾವಿಯ ಯಶವಂತ್ ಕೋಲ್ಕಾರ್.	15
5. ಕರ್ನಾಟಕದ ವೀರಯೋಧ ಈರಣ್ಣಾ ಉದೋಶಿ.	18
6. ಭಾರತ ಭೂಷಣ ಟೈಗರ್ ಜಯರಾಮಣ್ಣ	23
7. ಛಲ ಬಿಡದ ತ್ರಿವಿಕ್ರಮ ಗೋವಿಂದರಾಜು ಕೆ.	28
8. ಕರ್ನಾಟಕದ ವೀರಯೋಧ ಮೇಜರ್ ರಘುರಾಮ ರೆಡ್ಡಿ	33
9. ಕರ್ನಾಟಕದ ವೀರಯೋಧ ಸುಬೇದಾರ್ ನಾಗರಾಜು ಕೆ.	37
10. ಗೆಲುವಿನ ಸರದಾರ ಕ್ಯಾಪ್ಟನ್ ಕೃಷ್ಣೇಗೌಡ	43
11. ಶೂಟಿಂಗ್ ನ ದೈತ್ಯ ಪ್ರತಿಭೆ ಹವಾಲ್ದಾರ್ ರವಿಚಂದ್ರ ಬಾಳೇಹೊಸೂರ್	48
12. ಬಾಗಲಕೋಟೆಯ ಹೆಮ್ಮೆಯ ಯೋಧ ಎಸ್. ಗೌಡರ್	53
13. ಇತಿಹಾಸದ ಪುಟಗಳಲ್ಲಿ ಅಜರಾಮರ ಜನರಲ್ ಬಿಪಿನ್ ರಾವತ್	59
14. ಶೌರ್ಯ ಚಕ್ರ ವಿಜೇತ ಸೈನಿಕನ ಕಾರ್ಗಿಲ್ ಕಹಾನಿ	65
15. ಯುದ್ಧಕ್ಕೂ ಬದ್ಧ ಕೃಷಿಗೂ ಸಿದ್ಧ - ನಿಂಗಪ್ಪ ಸಿಂಗೋಟಿ	71
16. ಯೋಧರನ್ನು ತಯಾರು ಮಾಡುವ ಫ್ಯಾಕ್ಟರಿ - ಪರ್ವೇಜ್ ಇಸ್ಮಾಯಿಲ್ ಹವಾಲ್ದಾರ್.	77

ಮುನ್ನುಡಿ

ಇಡೀ ಪ್ರಪಂಚವೆಲ್ಲಾ ಈಗ ಇರುವಂತೆಯೇ ಸಕ ಸವಲತ್ತುಗಳು, ವೈಜ್ಞಾನಿಕ ಆವಿಷ್ಕಾರಗಳು, ಲಕ್ಸುರಿ ಜೀವನಕ್ರಮ ಎಲ್ಲವೂ ಇದ್ದು ದೇಶದ ಗಡಿಗಳನ್ನು ಕಾಯಲು ಸೈನಿಕರಿಲ್ಲ ಎಂಬ ಚಿತ್ರಣವನ್ನೊಮ್ಮೆ ಊಹಿಸಿಕೊಳ್ಳಿ. ಹೌದು! ನಿಮ್ಮ ಊಹೆ ನಿಜ. ಅದು ಯಾವುದೇ ದೇಶವಾಗಿರಲಿ; ಯೋಧರಿಲ್ಲದ ಮೇಲೆ ಆ ಇಡೀ ದೇಶವೇ ಸ್ಮಶಾನವಾಗುವುದರಲ್ಲಿ ಅಚ್ಚರಿಯಿಲ್ಲ. ಯಾವುದೇ ದೇಶವಾಗಿರಲಿ, ಆ ದೇಶದ ಗಡಿ ಕಾಯುತ್ತಿರುವ ಯೋಧನನ್ನು ದಾಟಿ, ಅವನನ್ನು ಗೆದ್ದು ಒಳಹೋಗಲು ಎಂತಹ ವಿಧ್ವಂಸಕ ಶಕ್ತಿಗಳಿಗೂ ಸಾಧ್ಯವಿಲ್ಲ. ಅಂತಹ ಧೀರಯೋಧರಿಗೆ ಗೌರವ ಕೊಡಬೇಕಾದ್ದು ಪ್ರತಿಯೊಬ್ಬರ ಕರ್ತವ್ಯ. ಅದರಲ್ಲೂ ನಮ್ಮ ದೇಶದ ಯೋಧರಿಗಂತೂ ಇನ್ನೂ ತುಸು ಹೆಚ್ಚೇ ಗೌರವ ಕೊಡಬೇಕು. ಕಾರಣವಿಷ್ಟೇ: ವಿಶ್ವದ ಅತಿ ಕಠಿಣ ಯುದ್ಧಭೂಮಿಗಳಲ್ಲೊಂದಾದ ಗ್ಲೇಶಿಯರ್ ನಂತಹ ಕಠಿಣ ಜಾಗದಲ್ಲಿ ಕೂಡ ಅಚಲವಾಗಿ ನಿಂತು ಶತ್ರುವನ್ನು ಮೆಟ್ಟಿ ನಿಲ್ಲುವ ಸಾಮರ್ಥ್ಯ ಇರುವುದು ಕೇವಲ ನಮ್ಮ ಯೋಧರಿಗೆ ಮಾತ್ರ. ಹಾಗಾಗಿ ಅಂತಹ ಧೀರಯೋಧರ ಬಗ್ಗೆ ಮಾತನಾಡುವುದು, ಅವರ ಸಾಧನೆಯನ್ನು ಇಂದಿನ ಯುವಕರಿಗೆ ತಿಳಿಸುವುದು, ಸೇನೆ ಸೇರಲು ಯುವಕರಲ್ಲಿ ಸ್ಫೂರ್ತಿ ತುಂಬುವುದು ಇದೆಲ್ಲಾ ಪ್ರತಿಯೊಬ್ಬ ದೇಶವಾಸಿಯ ಆದ್ಯ ಕರ್ತವ್ಯ.

ಕನ್ನಡಪ್ರಭ ಎನ್.ಆರ್.ಐ. ಪತ್ರಿಕೆಯ ಪ್ರತಿ ತಿಂಗಳ ಒಂದು ಮತ್ತು ಹದಿನೈದನೇ ತಾರೀಕು "ಯೋಧರಿಗೊಂದು ನಮನ" ಅಂಕಣ ಬರೆಯಲು ಅವಕಾಶ ಸಿಕ್ಕಾಗ ನನಗಾದ ಸಂತೋಷ ಅಷ್ಟಿಷ್ಟಲ್ಲ. ಆ ಅವಕಾಶ ಸಿಕ್ಕಿದ್ದು ನನ್ನ ಅದೃಷ್ಟವೆಂದೇ ಭಾವಿಸಿದ್ದೇನೆ. ನಮ್ಮ ಸೈನಿಕರ ಬಗ್ಗೆ ಬರೆಯುವುದಕ್ಕಿಂತ ಪುಣ್ಯದ ಕೆಲಸ ಮತ್ತೇನಿದೆ? ಹಿಂದೆಮುಂದೆ ಯೋಚಿಸದೆ ತಕ್ಷಣವೇ "ಯೆಸ್" ಅಂದುಬಿಟ್ಟಿದ್ದೆ. ಆದರೆ ಬರೆಯುವುದು ಹೇಗೆ? ಅದೂ ಅಂಕಣವನ್ನು. ಪೂರ್ತಿ ಪುಟ ಅಂಕಣವನ್ನು..?

ನೀವು ಬರೆಯಿಸಿ ಸಾರ್. ನಿಮಗೆ ಬೇಕಾದ ಎಲ್ಲಾ ಮಾಹಿತಿ ಮತ್ತು ಸಹಕಾರ ನೀಡುತ್ತೇನೆ ಎಂದು ನನ್ನ ಭುಜ ತಟ್ಟಿ ಪ್ರೋತ್ಸಾಹಿಸಿದ್ದು ನಿವೃತ್ತ ಯೋಧ ಜಯರಾಮ್.ಕೆ. (ನಾನು ಅವರನ್ನು ಜಯರಾಮಣ್ಣ ಎಂದೇ ಕರೆಯುತ್ತೇನೆ). ನಾನು ಬರೆದದ್ದನ್ನು ತಿದ್ದಿ ತೀಡಲು ನಾನು ಸಹಾಯ ಮಾಡುತ್ತೇನೆ ಎಂದು ಮತ್ತೊಬ್ಬ ನಿವೃತ್ತ ಯೋಧ ಈರಣ್ಣ ಉದೋಷಿಯವರು ಅಭಯವನ್ನಿತ್ತರು. ಜೊತೆಗೆ ಟೀಮ್ ಯೋಧ ನಮನದ ಎಲ್ಲರೂ ಕೂಡ ನಮ್ಮಿಂದ ಬೇಕಾದ ಸಹಾಯ

ಮಾಡುತ್ತೇವೆ ಎಂದು ಹೇಳಿದ ಮೇಲೆ ಇನ್ನೇಕೆ ತಡ? ಯೋಧರ ಸಾಹಸಗಾಥೆಯ ಬಗ್ಗೆ ಬರೆಯಲು ಆರಂಭಿಸಿದೆ. ಈ ಅವಧಿಯಲ್ಲಿ ಹತ್ತಾರು ಯೋಧರನ್ನು ಸಂಪರ್ಕಿಸಿದೆ. ಮಾತಾಡಿದೆ. ಅವರ ಸಂದರ್ಶನ ಮಾಡಿದೆ. ಅವುಗಳನ್ನೆಲ್ಲಾ ಒಟ್ಟುಗೂಡಿಸಿ ಈವರೆಗೆ ಹದಿನಾರು ಸಂಚಿಕೆಗಳನ್ನು ಬರೆದಿದ್ದೇನೆ. ಇನ್ನೂ ಬರೆಯುತ್ತಲೇ ಇದ್ದೇನೆ.

ಇಲ್ಲಿಯವರೆಗೆ ಮೂಡಿಬಂದ ಹದಿನಾರು ಸಂಚಿಕೆಗಳನ್ನೂ ಒಟ್ಟುಗೂಡಿಸಿ ಈ ಪುಸ್ತಕವನ್ನಾಗಿಸಿ ಇದನ್ನು ಇಂದು ನಿಮ್ಮ ಕೈಲಿಡುತ್ತಿದ್ದೇನೆ. ಹರಸಿ, ಆಶೀರ್ವದಿಸಿ. ಇಂತಹ ಒಂದು ಅಭೂತಪೂರ್ವ ಅವಕಾಶ ಕಲ್ಪಿಸಿದಕ್ಕಾಗಿ ಕನ್ನಡಪ್ರಭ ಸಂಪಾದಕ ಮಂಡಳಿಗೆ ಅನಂತ ಧನ್ಯವಾದಗಳು. ಟೀಮ್ ಯೋಧ ನಮನದ ಎಲ್ಲರಿಗೂ, ಅದರಲ್ಲೂ ವಿಶೇಷವಾಗಿ ಜಯರಾಮಣ್ಣ, ಈರಣ್ಣ ಉದೋಷಿ ಯವರಿಗೆ ಮನದಾಳದ ಧನ್ಯವಾದಗಳು. ದೂರದ ಆಸ್ಟ್ರೇಲಿಯಾ ದೇಶದಲ್ಲಿದ್ದುಕೊಂಡು ಯೋಧರ ಬಗ್ಗೆ ಅತ್ಯಂತ ಪ್ರೀತಿ-ಕಾಳಜಿ ಹೊಂದಿರುವ ಗೆಳತಿ ಸುರೇಖಾ ರಾವ್ ಹಾಗು ನನ್ನ ಬರವಣಿಗೆಯ ಸ್ಫೂರ್ತಿ, ನನ್ನೆಲ್ಲಾ ಬರಹಗಳ ಮೊದಲ ಓದುಗ ನನ್ನ ಪತ್ನಿ ಅಕ್ಷಯ ರಾವ್ ಗೆ ವಿಶೇಷ ಧನ್ಯವಾದ. ಇನ್ನಷ್ಟು ಸಹಸ್ರ ಸಹಸ್ರ ವೀರಯೋಧರು ಕನ್ನಡದ, ಭಾರತದ ಮಣ್ಣಿನಲ್ಲಿ ಹುಟ್ಟಿಬರಲಿ. ದೇಶ ಕಾಯುವ ಯೋಧ ಮತ್ತು ಅವನ ಕುಟುಂಬ ಎಂದೆಂದೂ ನಗುನಗುತ್ತಾ ಸಂತೋಷವಾಗಿ ನೂರು ಕಾಲ ಬಾಳಲಿ ಎಂದು ಆಶಿಸುತ್ತಾ, ಹಗಲಿರುಳೆನ್ನದೆ ದೇಶದ ಸೇವೆ ಮಾಡುತ್ತಿರುವ ಭಾರತೀಯ ಸೈನ್ಯದ ಎಲ್ಲಾ ಸೈನಿಕರಿಗೆ ಹಾಗು ಅನ್ನ ಬೆಳೆಯುವ ರೈತರಿಗೆ ಈ ಪುಸ್ತಕವನ್ನು ಅರ್ಪಿಸುತ್ತಿದ್ದೇನೆ. ಎಂದಿನಂತೆ ದಯವಿಟ್ಟು ಈ ಪುಸ್ತಕವನ್ನು ಓದಿ ಹಾಗು ತಮ್ಮ ಅಭಿಪ್ರಾಯವನ್ನು ತಿಳಿಸಿ.

ನಿಮ್ಮವ

-ಟಿಎನ್ನೆಸ್

mailme@suresharao.com

www.suresharao.com

02/Feb/2022

1

ನಿಜವಾದ ಸೂಪರ್ ಮ್ಯಾನ್ - 'ರವೀಂದ್ರ ಆರ್ ಎನ್'

ಕೊಡಗಿನ ಜಲಪ್ರಳಯದಲ್ಲಿ ಸಿಕ್ಕು ಒದ್ದಾಡುತ್ತಿದ್ದ ಹತ್ತಾರು ಪ್ರಾಣಗಳನ್ನು ಉಳಿಸಿದ ಕರ್ನಾಟಕದ ಹೀರೋ – ಪ್ಲಟೂನ್ ಕಮ್ಯಾಂಡರ್ ರವೀಂದ್ರ. ಕೇವಲ ಕೊಡಗಿನ ಜಲಪ್ರಳಯವಷ್ಟೇ ಅಲ್ಲ, ಬೆಂಕಿಯಿಂದ ಧಗಧಗಿಸುತ್ತಿರುವ ಕಟ್ಟಡದಿಂದ ಜನರ ಪ್ರಾಣ ರಕ್ಷಿಸುವ ಕಾರ್ಯಾಚರಣೆಯಿರಲಿ, ಬೆಂಗಳೂರಿನ ಕೆರೆಗಳಲ್ಲಿ ಗಣೇಶ ವಿಸರ್ಜನೆ ಸಮಯದಲ್ಲಿ ನೀರಲ್ಲಿ ಮುಳುಗಿದ ಯುವಕರ ಪ್ರಾಣ ರಕ್ಷಣೆಯಿರಲಿ, ಬೆಂಗಳೂರಿನ ಹೆಚ್.ಎಸ್.ಆರ್. ಲೇಔಟ್ ನಲ್ಲಿ ಸಂಭವಿಸಿದ ಜಲಪ್ರವಾಹವಿರಲಿ, ಇಂತಹ ಹತ್ತಾರು ಅತಿಕ್ಲಿಷ್ಟ ಪರಿಸ್ಥಿತಿಗಳಲ್ಲಿ ಜನರ ಪ್ರಾಣ ಕಾಪಾಡಿರುವ ಹೀರೋ ಇವರು. ಅಂಡಮಾನ್-ನಿಕೋಬಾರ್, ಮಧ್ಯಪ್ರದೇಶ, ಮಹಾರಾಷ್ಟ್ರ ಸೇರಿದಂತೆ ವಿವಿಧ ರಾಜ್ಯಗಳ ಚುನಾವಣಾ ಸಮಯದಲ್ಲಿ ಕೂಡ ಸಮರ್ಥವಾಗಿ ಕಾರ್ಯ ನಿರ್ವಹಿಸಿ, ಚುನಾವಣೆಗಳನ್ನು ಸುಸೂತ್ರವಾಗಿ ನಡೆಸಿಕೊಟ್ಟಿರುವುದರಲ್ಲೂ ಇವರ ಪಾಲಿನ ಕೊಡುಗೆ ತುಂಬಾ ಇದೆ. ಇತ್ತೀಚೆಗಷ್ಟೇ ಅಂದರೆ ಮೇ 25 ರಂದು ಯಲಹಂಕದ ಕೆರೆಯಲ್ಲಿ ಮುಳುಗುತ್ತಿದ್ದ ವ್ಯಕ್ತಿಯೊಬ್ಬರ ಪ್ರಾಣವನ್ನು ಉಳಿಸಿ ಸುದ್ದಿಯಾಗಿದ್ದರು.

ದಿನಾಂಕ 1-7-1978 ರಲ್ಲಿ ದೇವನಹಳ್ಳಿ ತಾಲ್ಲೂಕು ಬೆಂಗಳೂರು ಗ್ರಾಮಾಂತರ ಜಿಲ್ಲೆಯ ಒಂದು ಪುಟ್ಟ ಹಳ್ಳಿ ರೆಡ್ಡಿಹಳ್ಳಿಯಲ್ಲಿ ತಂದೆ ನಾಗರಾಜು

ಆರ್ ಬಿ ತಾಯಿ ಜಯಮ್ಮ ದಂಪತಿಗಳ ಮೊದಲನೆಯ ಮಗನಾಗಿ ಜನಿಸಿದ ಇವರಿಗೆ ಬಾಲ್ಯದಿಂದಲೂ ಅಪಾರ ದೇಶಪ್ರೇಮ. ತನ್ನ ಪ್ರಾಥಮಿಕ ಶಾಲೆಯನ್ನು ತನ್ನದೇ ಗ್ರಾಮವಾದ ರೆಡ್ಡಿಹಳ್ಳಿಯಲ್ಲಿ, ಪ್ರೌಢ ವಿಧ್ಯಾಭಾಸವನ್ನು ಬೆಟ್ಟಕೋಟೆಯಲ್ಲಿ, ದೇವನಹಳ್ಳಿಯ ಸರ್ಕಾರೀ ಕಾಲೇಜಿನಲ್ಲಿ ಪಿಯುಸಿ ವಿದ್ಯಾಭ್ಯಾಸ ಮುಗಿಸಿ, 01-08-2001ರಲ್ಲಿ ಗೃಹರಕ್ಷಕ ದಳದಲ್ಲಿ ಒಬ್ಬ ಸಾಮಾನ್ಯ ಗಾರ್ಡ್ ಆಗಿ ಸೈನ್ಯ ಸೇರಿದ ಇವರು, ವಾಮನ ಮೂರ್ತಿ ಒಂದೊಂದೇ ಹೆಜ್ಜೆಯಿಂದ ಇಡೀ ಭೂಮಿಯನ್ನು ಆಕ್ರಮಿಸಿದಂತೆ, ನಿಧಾನವಾಗಿ ಒಂದೊಂದೇ ಉನ್ನತ ಹುದ್ದೆಗೆ ಬಡ್ತಿ ಹೊಂದುತ್ತಲೇ ಹೋಗುತ್ತಾರೆ. ಅಸಿಸ್ಟೆಂಟ್ ಸೆಕ್ಷನ್ ಲೀಡರ್, ಆಮೇಲೆ ಸೆಕ್ಷನ್ ಲೀಡರ್, ಸಾರ್ಜೆಂಟ್ ಹೀಗೆ ವಿವಿಧ ಹುದ್ದೆಗಳನ್ನು ಅಲಂಕರಿಸಿ, 2011 ರಲ್ಲಿ ಪ್ಲಟೂನ್ ಕಮ್ಯಾಂಡರ್ ಆಗಿ ಅಧಿಕಾರ ವಹಿಸಿಕೊಳ್ಳುತ್ತಾರೆ. ಒಬ್ಬ ಸಾಮಾನ್ಯ ಗಾರ್ಡ್ ಹುದ್ದೆಯಿಂದ ಇಷ್ಟು ವೇಗವಾಗಿ ಪ್ಲಟೂನ್ ಕಮ್ಯಾಂಡರ್ ಆಗಿ ಬೆಳೆದ ಬಗೆಯನ್ನು ನೆನೆಸಿದರೇನೇ ಎಂತಹವರಿಗೂ ರೋಮಾಂಚನವಾಗುತ್ತದೆ. ಗೃಹ ರಕ್ಷಕ ದಳದ ಕೇಂದ್ರ ಕಚೇರಿ ಹಲಸೂರಿನಲ್ಲಿ ಡಿಜಿಪಿ ಯಂತಹ ಉನ್ನತ ಶ್ರೇಣಿಯ ಅಧಿಕಾರಿಗಳಿಗೆ ಗಾರ್ಡ್ ಕಮಾಂಡರ್ ಆಗಿ ಕೂಡ ಇವರು ಸೇವೆ ಸಲ್ಲಿಸಿರುತ್ತಾರೆ. ಪ್ರಸ್ತುತ ಇವರು ಕರ್ನಾಟಕದ ಗೃಹ ರಕ್ಷಕ ದಳದಲ್ಲಿ ಪ್ಲಟೂನ್ ಕಮಾಂಡರ್ ಆಗಿ ಸೇವೆ ಸಲ್ಲಿಸುತ್ತಿದ್ದಾರೆ. ತನ್ನ ತಂದೆ ತಾಯಿ,ಮಗ-ಸೊಸೆಯ ಜೊತೆ ಸುಖೀ ಸಂಸಾರ ನಡೆಸುತ್ತಿದ್ದಾರೆ

ಆಡು ಮುಟ್ಟದ ಸೊಪ್ಪಿಲ್ಲ ಅನ್ನುವಂತೆ, ರವೀಂದ್ರರವರು ತಿಳಿಯದ ವಿಷಯವೇ ಇಲ್ಲ ಅನ್ನಬಹುದು. ವಿವಿಧ ರೀತಿಯ ಪರಿಸ್ಥಿತಿಗಳಲ್ಲಿ ಜನರ ಜೀವ ಕಾಪಾಡುವಂತಹ ವಿಶೇಷ ತರಬೇತಿ, ಪ್ರಥಮ ಚಿಕಿತ್ಸೆ ತರಬೇತಿ, ಸಂಚಾರ ನಿಯಂತ್ರಣ ತರಬೇತಿ, ಮುಂದಾಳತ್ವ ತರಬೇತಿ, ಅಗ್ನಿಶಾಮಕ ತರಬೇತಿ, ವಯರ್ಲೆಸ್ ತರಬೇತಿ, ಡಿಸ್ಯೆನರ್ ತರಬೇತಿ,... ಅಬ್ಬಬ್ಬಾ. ಹೇಳುತ್ತಾ ಹೋದರೆ ಮುಗಿಯದ ಲಿಸ್ಟ್ ಇದು. ಅಷ್ಟೇ ಅಲ್ಲದೆ ಹೊಸದಾಗಿ ಗೃಹರಕ್ಷಕ ದಳಕ್ಕೆ ಸೇರಿದವರಿಗೆ ಟ್ರೈನಿಂಗ್ ನೀಡುವ ಜವಾಬ್ದಾರಿ ಕೂಡ ಇವರ ಹೆಗಲ ಮೇಲಿದೆ. ಪ್ರತಿ ವರ್ಷವೂ ಸ್ವಾತಂತ್ರ್ಯ ದಿನಾಚರಣೆಯ ದಿನ ಬೆಂಗಳೂರಿನ ಮಾಣಿಕ್ ಷಾ ಪೆರೇಡ್ ಗ್ರೌಂಡ್ ನಲ್ಲಿ ನಡೆಯುವ ಪಥಸಂಚಲನದಲ್ಲಿ ಭಾಗವಹಿಸಿ ಸುಮಾರು ಪ್ರಶಸ್ತಿ ಗಳನ್ನು ತಮ್ಮದಾಗಿಸಿಕೊಂಡಿದ್ದಾರೆ. ಇವರಿಂದ ಸ್ಫೂರ್ತಿಗೊಂಡು ಎಷ್ಟೋ ಜನ ಯುವಕರು ಗೃಹ ರಕ್ಷಕ ದಳವನ್ನು ಸೇರಿದ್ದಾರೆ ಎಂದರೆ ನೀವು ನಂಬಲೇಬೇಕು. ಇವರ ತಮ್ಮ ಚನ್ನಕೇಶವ ಅವರು ಸಹ ಸುಮಾರು ಹದಿನೆಂಟು ವರ್ಷಗಳ ಕಾಲ ಭಾರತೀಯ ಸೇನೆಯಲ್ಲಿ ಸೇವೆ ಸಲ್ಲಿಸಿ ಇತ್ತೀಚೆಗಷ್ಟೇ

ನಿವೃತ್ತರಾಗಿದ್ದಾರೆ.

ರಾಷ್ಟ್ರಪತಿ ಪ್ರಶಸ್ತಿ ವಿಜೇತ

ಇವರ ಈ ಎಲ್ಲಾ ಸೇವೆಗಳನ್ನು ಗಮನಿಸಿದ ಕರ್ನಾಟಕ ಸರ್ಕಾರ 2012 ರಲ್ಲಿ ಮುಖ್ಯಮಂತ್ರಿಗಳ ಚಿನ್ನದ ಪದಕವನ್ನು ನೀಡಿ ಇವರನ್ನು ಗೌರವಿಸಿದೆ. ಅಷ್ಟೇ ಅಲ್ಲದೆ 2019 ರಲ್ಲಿ ಪ್ರತಿಷ್ಠಿತ ರಾಷ್ಟ್ರಪತಿಗಳ ಪದಕ ನೀಡಿ ಭಾರತ ಸರ್ಕಾರ ಇವರ ಸೇವೆಯನ್ನು ಗೌರವಿಸಿದೆ. ನೂರಾರು ಜನರ ಪ್ರಾಣ ಉಳಿಸಿರುವ ಇವರು ಇಂದಿಗೂ ಟೀಮ್ ಯೋಧ ನಮನ ಎಂಬ ತಂಡದ ಸಕ್ರಿಯ ಸದಸ್ಯರು. ಯೋಧರ ಬಗ್ಗೆ ಈಗಿನ ಜನಾಂಗಕ್ಕೆ ತಿಳಿಹೇಳುವ, ಯೋಧರನ್ನು ಗೌರವಿಸುವ, ದೂರದ ಯಾವುದೋ ಊರಲ್ಲಿ ಸೇವೆ ಸಲ್ಲಿಸುತ್ತಿರುವ ಸೈನಿಕರ ಕುಟುಂಬದ ಯೋಗಕ್ಷೇಮಗಳನ್ನು ನೋಡಿಕೊಳ್ಳುವ, ಸಾಧ್ಯವಾದಷ್ಟೂ ಅವರ ಕಷ್ಟಕ್ಕೆ ನೆರವಾಗುವಂತಹ ಹತ್ತಾರು ಉತ್ತಮ ಕೆಲಸಗಳನ್ನು ಇಂದಿಗೂ 'ಟೀಮ್ ಯೋಧ ನಮನ' ನಡೆಸಿಕೊಂಡೇ ಬರುತ್ತಿದೆ.

ತುಂಬಿದ ಕೊಡ ತುಳುಕುವುದಿಲ್ಲ ಎಂಬುದಕ್ಕೆ ಜೀವಂತ ಉದಾಹರಣೆಯನ್ನಾಗಿಯೂ ಇಂದಿನ ಯುವಕರಿಗೆ ನಾವು ರವೀಂದ್ರ ರವನ್ನು ತೋರಿಸಬಹುದು. ಇಷ್ಟು ದೊಡ್ಡ ಉನ್ನತ ಹುದ್ದೆಯಲ್ಲಿದ್ದರೂ, ಇಂದಿಗೂ ಕೂಡ ತಾನೇ ಬೆಳಿಗ್ಗೆ ಎದ್ದು, ತಮ್ಮ ಮನೆಯಲ್ಲಿನ ಹಸು, ದನ, ಕರುಗಳ ಮೈ ತೊಳೆದು, ಗೊಬ್ಬರ ಬಾಚಿ, ಹಾಲು ಕರೆದು, ಡೈರಿಗೆ ಹಾಕಿ ಬರುತ್ತಾರೆಂದರೆ ಅವರ ಉನ್ನತ ವ್ಯಕ್ತಿತ್ವವನ್ನೊಮ್ಮೆ ಊಹಿಸಿ. ಇದನ್ನೇ ಅಲ್ಲವೇ ರಾಷ್ಟ್ರಪಿತ ಗಾಂಧೀಜಿ ಕೂಡ ಹೇಳಿದ್ದು? ಅನ್ನ ಕೊಡುವ ರೈತ, ದೇಶ ಕಾಯುವ ಸೈನಿಕ – ರನ್ನು ದೇವರು ಎನ್ನುವುದಾದರೆ, ರೈತನಾಗಿಯೂ, ಸೈನಿಕನಾಗಿಯೂ ಎರಡೂ ಶಕ್ತಿಗಳನ್ನು ಹೊಂದಿರುವ ರವೀಂದ್ರರನ್ನು ದೇವರಿಗೂ ಮಿಗಿಲು ಎಂದು ಹೇಳಬಹುದೇನೋ?

2

ಕೊಡಗಿನ ಶೂರ ಇಟ್ಟಿರ ಯೋಗೇಶ್ ಪೂವಯ್ಯ

ಹವಾಲ್ದಾರ್ ಇಟ್ಟೀರಾ ಯೋಗೇಶ್ ಪೂವಯ್ಯ ಮೂಲತಃ ಕೊಡಗಿನವರು. ತಾಯಿ ಭಾಗೀರಥಿ. ತಂದೆ ಐ.ಎಸ್. ಪೂವಯ್ಯ ಬೆಂಗಳೂರಿನಲ್ಲಿ ಪೊಲೀಸ್ ಉದ್ಯೋಗಿಯಾಗಿದ್ದರು. ಹಾಗಾಗಿ ಇವರ ವಿದ್ಯಾಭ್ಯಾಸವೆಲ್ಲಾ ಬೆಂಗಳೂರಿನಲ್ಲೇ ನಡೆಯಿತು. ಇವರ ಅಣ್ಣ ಚಿಕ್ಕಂದಿನಿಂದಲೂ ಎಸ್.ಎಲ್.ಭೈರಪ್ಪ, ದರಾ ಬೇಂದ್ರೆ ಹಾಗು ಸ್ವಾಮಿ ವಿವೇಕಾನಂದರ ಅಪ್ಪಟ ಅಭಿಮಾನಿ. ಹಾಗಾಗಿ ಚಿಕ್ಕಂದಿನಿಂದಲೇ ಅಣ್ಣ ಮತ್ತು ತಂದೆಯಿಂದ ಇವರಿಗೆ ದೇಶಾಭಿಮಾನದ ಕಿಚ್ಚು ಹತ್ತಿತ್ತು. 15 ಆಗಸ್ಟ್, ವಿವೇಕಾನಂದ ಜಯಂತಿ ಮತ್ತು 26 ಜನವರಿಗಳಂದು ಇವರ ಮನೆಯಲ್ಲಿ ಹಬ್ಬದ ವಾತಾವರಣ ಇರುತ್ತಿತ್ತು. ಬೆಂಗಳೂರಿನಲ್ಲಿ ಕಾಲೇಜಿನಲ್ಲಿ ಓದುತ್ತಿದ್ದಾಗ ಅನಿವಾರ್ಯ ಕಾರಣದಿಂದಾಗಿ ಕಾಲೇಜಿಗೆ ಒಮ್ಮೆ ರಜೆ ಘೋಷಿಸಲಾಯಿತು. ಅವರು ಮನೆಯ ಕಡೆ ವಾಪಸ್ ಹೋಗುತ್ತಿದ್ದಾಗ ಬೆಂಗಳೂರಿನ ಬಿ.ಆರ್.ಓ. ಕಚೇರಿಯಲ್ಲಿ ಸೇನೆಗೆ ಭರ್ತಿಮಾಡುವ ಅರ್ಜಿಗಳು ದೊರೆಯುತ್ತಿತ್ತು. ಏನಾದರಾಗಲಿ ನೋಡೇಬಿಡೋಣ ಎಂದು ಒಂದು ಅರ್ಜಿಯನ್ನು ಅಲ್ಲಿಯೇ ತುಂಬಿಕೊಟ್ಟರು. ಅರ್ಜಿ ಭರ್ತಿ ಮಾಡಿ ಕೊಟ್ಟದ್ದು ಇವರಿಗೆ ಬಹುತೇಕ ಮರೆತುಹೋಗಿತ್ತು. ಹಾಗಾಗಿ ಈ ವಿಷಯವನ್ನು ಮನೆಯಲ್ಲಿ ಕೂಡ ಹೇಳಿರಲಿಲ್ಲ. ಆದರೆ ಸೇನೆಗೆ ಸೆಲೆಕ್ಟ್ ಆಗಿರುವುದಾಗಿಯೂ, 1993 ರ ಮಾರ್ಚ್ ಒಂದರಂದು ಮದ್ರಾಸ್ ರೆಜಿಮೆಂಟ್ ಗೆ ಬಂದು ಟ್ರೈನಿಂಗ್ ಸೇರುವಂತೆಯೂ ಸೇನೆಯಿಂದ ಉತ್ತರ ಬಂತು. ಅದನ್ನು ಕಂಡು ಅವರಿಗಾದ ಆನಂದ ಅಷ್ಟಿಷ್ಟಲ್ಲ. ಆಗ ಮನೆಯಲ್ಲಿ

ವಿಷಯವನ್ನು ಹೇಳಿದರು. ಎಲ್ಲರೂ ಖುಷಿಯಿಂದ ಇವರನ್ನು ಮದ್ರಾಸಿಗೆ ಕಳಿಸಿಕೊಟ್ಟರು. ಆದರೆ ಇವರ ಅಣ್ಣನಿಗೆ ಇವರು ಸೇನೆಯಲ್ಲಿ ಮುಂದುವರಿಯುವ ಬಗ್ಗೆ ಸಂಶಯವಿತ್ತು. ಸೇನೆಯ ಅತಿ ಶಿಸ್ತಿನ ಟ್ರೈನಿಂಗಿಗೆ ಹೆದರಿ ವಾಪಸ್ ಬಂದುಬಿಟ್ಟೀಯಾ ಜೋಕೆ! ಎಂದು ತುಸು ಹಾಸ್ಯದಿಂದಲೇ ಹುರಿದುಂಬಿಸಿ ಕಳಿಸಿದರು. ಭಾರತದ ಅತಿ ಪುರಾತನ ಇನ್ಫೆಂಟ್ರಿ ಬೆಟಾಲಿಯನ್ ಗಳಲ್ಲಿ ಒಂದಾದ ವೆಲ್ಲಿಂಗ್ಟನ್ ಮದ್ರಾಸ್ ರೆಜಿಮೆಂಟ್ ನಲ್ಲಿ ಟ್ರೈನಿಂಗ್ ಶುರುವಾಯ್ತು. ಸುಮಾರು ಒಂಭತ್ತು ತಿಂಗಳ ಕಠಿಣ ಕಠಿಣ ಟ್ರೈನಿಂಗ್ ನ ನಂತರ ಮೊದಲ ಪೋಸ್ಟಿಂಗ್ ನೇರ ಕೊರೆಯುವ ಚಳಿಯ ಹಿಮಾಚಲ ಪ್ರದೇಶಕ್ಕೆ. ಕೊರೆವ ಚಳಿಯಲ್ಲಿ ಕೆಲಸಮಾಡಲು ಸಿದ್ಧವಾಗುವಂತೆ ದೇಹಕ್ಕೆ ಟ್ರೈನಿಂಗ್ ಕೊಡಲು ಹಿಮಾಚಲಪ್ರದೇಶದ ಆ ಚಳಿ ತುಂಬಾ ಸಹಕಾರಿಯಾಯಿತು ಎಂದು ಹೆಮ್ಮೆಯಿಂದ ಹೇಳಿಕೊಳ್ಳುತ್ತಾರೆ. ಹಿಮಾಚಲ ಪ್ರದೇಶದಿಂದ ಮುಂದಿನ ಪೋಸ್ಟಿಂಗ್ ಸೀದಾ ಜಮ್ಮು-ಕಾಶ್ಮೀರದ ಅತಿ ಸೂಕ್ಷ್ಮ ಪ್ರದೇಶವಾದ ಭಾರತ - ಪಾಕಿಸ್ತಾನ ಗಡಿಭಾಗಕ್ಕೆ. ಪಾಕಿಸ್ತಾನ ಕಡೆಯಿಂದ ಹಾರಿಬರುವ ಬಾಂಬುಗಳ ಶಬ್ದ, ಅವುಗಳ ಎಫೆಕ್ಟ್ ಎಷ್ಟಿರುತ್ತದೆ ಎಂಬ ಅನುಭವ ಮೊದಲಬಾರಿ ಇವರಿಗೆ ಅಲ್ಲಿ ಆಯಿತು. ರಾತ್ರೋರಾತ್ರಿ ನೆಲದಲ್ಲಿ ಆಳವಾದ ಗುಂಡಿಯನ್ನು ತೋಡಿ ಹೊಸ ಹೊಸ ಬಂಕರುಗಳ ನಿರ್ಮಾಣಕ್ಕೆ ಮುಂದಾದರು. ಬಾಂಬುಗಳ ಜೊತೆಗೆ ಪ್ರಕೃತಿ ವಿಕೋಪ, ಕುಸಿಯುವ ಹಿಮದ ಗುಡ್ಡಗಳು - ಇವುಗಳ ಅನುಭವವೂ ಆಯಿತು. ಇದೇ ರೀತಿಯ ಕಹಿ ಅನುಭವವೊಂದರಲ್ಲಿ ಇವರ ಕೆಲವು ಸ್ನೇಹಿತರು ಹುತಾತ್ಮರಾದದ್ದನ್ನು ನೇರವಾಗಿ ಕಂಡರು. ಒಂದು ಬಾರಿಯಂತೂ ಬಾಂಬಿನ ಅತೀ ಚಿಕ್ಕ ತುಂಡೊಂದು ತಗುಲಿ ಇವರ ಸ್ನೇಹಿತರೊಬ್ಬರ ಕೈ ತೂತಾಗಿತ್ತು. ಹೀಗೆ ಅನೇಕ ಅನುಭವಗಳನ್ನು ಹೊತ್ತು, ಮುಂದಿನ ಪೋಸ್ಟಿಂಗ್ ಕೆಲವೇ ದಿನಗಳಲ್ಲಿ ಬೇರೆಕಡೆಗೆ ಹೋಗಲು ಸಿದ್ಧರಾಗುತ್ತಿರುವಾಗಲೇ ಶುರುವಾಗಿತ್ತು ಕಾರ್ಗಿಲ್ ಕದನ.

ಕಾರ್ಗಿಲ್ ಕದನದಲ್ಲಿ ಯೋಗೇಶ್ ಅವರು ಸ್ಪೇರ್ ಟೀಮ್ ನಲ್ಲಿ ಕೆಲಸ ಮಾಡುತ್ತಿದ್ದರು. ಭಾರತೀಯ ಸೈನಿಕರಿಗೆ ಬುಲೆಟ್ ಪ್ರೂಫ್ ಜಾಕೆಟ್, ಮದ್ದುಗುಂಡುಗಳು, ಆಹಾರ ಪದಾರ್ಥಗಳು ಹಾಗೂ ಅಗತ್ಯ ವಸ್ತುಗಳನ್ನು ಒದಗಿಸುವ ಹೊಣೆಗಾರಿಕೆ ಇವರ ಹೆಗಲ ಮೇಲೆ ಬಿತ್ತು. 90-ಡಿಗ್ರಿ ಇರುವ ಹಿಮಾಲಯದ ಕಡಿದಾದ ಬೆಟ್ಟಗಳನ್ನು ಹತ್ತಿ ಒಂದು ನಿಮಿಷವೂ ಕೂಡ ಲೇಟ್ ಆಗದಂತೆ ಸೈನಿಕರಿಗೆ ಮದ್ದುಗುಂಡುಗಳು ಹಾಗೂ ಇತರ ಅಗತ್ಯ ವಸ್ತುಗಳನ್ನು ಒದಗಿಸುವ ಕೆಲಸ ಅದಾಗಿತ್ತು. ಬುಲೆಟ್ ಪ್ರೂಫ್ ಜಾಕೆಟ್ ಒಂದನ್ನು ಸೈನಿಕನಿಗೆ ತಲುಪಿಸುವ ಕೆಲಸ ಒಂದು ನಿಮಿಷ ತಡವಾದರೂ ಕೂಡ ಅದರ ಪರಿಣಾಮವನ್ನು

ಒಮ್ಮೆ ನೀವೇ ಊಹಿಸಿ. ಹಾಗಾಗಿ ಊಟ ತಿಂಡಿ ನಿದ್ದೆಗಳ ಅರಿವಿಲ್ಲದೆ ಕಾರ್ಗಿಲ್ ಕದನ ಮುಗಿಯುವವರೆಗೂ ನಿರಂತರವಾಗಿ ಇವರು ಯುದ್ಧದಲ್ಲಿ ಭಾಗಿಯಾದರು.

ಕಾರ್ಗಿಲ್ ಕದನ ಮುಗಿದ ನಂತರ ಇವರ ಮುಂದಿನ ಪೋಸ್ಟಿಂಗ್ ಹೈದರಾಬಾದ್ ಕಡೆಗೆ. ಹೈದರಾಬಾದ್ ನಲ್ಲಿ ಇರುವಾಗಲೇ ಸ್ನೈಪರ್ ಕೋರ್ಸಿಗೆ ಜಾಯಿನ್ ಆದರು. ಸ್ನೈಪರ್ ಎಂದರೆ ಶಾರ್ಪ್ ಶೂಟರ್ ಎಂದರ್ಥ. ನೂರು ಜನರ ಗುಂಪಿನಲ್ಲಿ ಇರುವ ಒಬ್ಬ ಉಗ್ರನನ್ನು ಕೂಡ ಕರಾರುವಕ್ಕಾಗಿ ಗುರ್ತಿಸಿ ನೇರ ಅವನ ಹಣೆಗೇ ಗುರಿಯಿಟ್ಟು ಹೊಡೆಯುವುದರಲ್ಲಿ ಸ್ನೈಪರ್ ಗಳು ನಿಪುಣರು. ಯೋಗೇಶ್ ಅವರ ದೈಹಿಕ, ಗುರಿಯಿಡುವ ಸಾಮರ್ಥ್ಯ ಮತ್ತು ಥಿಯರಿ ಇವುಗಳೆಲ್ಲದರ ಆಧಾರದ ಮೇಲೆ ಉನ್ನತ ಗ್ರೇಡ್ ಆದ ಬೋಧಕ (ಟ್ರೈನರ್) ಗ್ರೇಡ್ ಇವರಿಗೆ ದೊರಕಿತು. ಅದಾದ ನಂತರ ಸೆಕ್ಷನ್ ಕಮ್ಯಾಂಡರ್ ವಿಶೇಷ ಟ್ರೈನಿಂಗಿಗಾಗಿ ಮದರಾಸಿಗೆ ಹೋದರು. ಈಗಾಗಲೇ ಇವರಿಗೆ ಹವಾಲ್ದಾರ್ ಆಗಿ ಪ್ರಮೋಷನ್ ಕೂಡ ಆಯಿತು. ಇದರ ನಡುವೆ ಬೆಳಗಾಂನಲ್ಲಿ ಮೂರು ತಿಂಗಳ ಅವಧಿಯ ಪ್ಯಾರಾ ಕಮಾಂಡೋ ಕೋರ್ಸನ್ನು ಕೂಡ ಮುಗಿಸಿದ್ದರು. ಇವರ ಮುಂದಿನ ಪೋಸ್ಟಿಂಗ್ ನೇರ ರಾಜಸ್ಥಾನದ ಮರುಭೂಮಿಗೆ. ಅಲ್ಲಿ ಕೂಡ ಸೈನಿಕರಿಗೆ ವಿಶೇಷ ರೀತಿಯ ತರಬೇತಿಯನ್ನು ಕೊಡುವ ಬೋಧಕ ವೃತ್ತಿಯೇ ಇವರ ಹೆಗಲಿಗೆ ಬಿದ್ದಿತ್ತು.

ಯೋಗೇಶ್ ಅವರ ಜೀವನದ ಅತಿ ದೊಡ್ಡ ತಿರುವು ಅವರು ಎನ್.ಎಸ್.ಜಿ. ಕಮ್ಯಾಂಡೋ ಆಗಿ ಸೆಲೆಕ್ಟ್ ಆಗಿದ್ದು. ಎನ್.ಎಸ್.ಜಿ. ಕಮ್ಯಾಂಡೋ ಎಂದರೆ ಅಷ್ಟು ಸುಲಭದ ಕೆಲಸವಲ್ಲ. ಅತ್ಯುತ್ತಮ ಸಾವಿರಾರು ಸೈನಿಕರ ಪೈಕಿ ಒಬ್ಬ ಎನ್.ಎಸ್.ಜಿ. ಕಮಾಂಡೋ ವನ್ನು ಸೆಲೆಕ್ಟ್ ಮಾಡುತ್ತಾರೆ ಎಂದರೆ ಅವರ ಸಾಮರ್ಥ್ಯವೇನು ಎಂಬುದನ್ನು ನೀವೇ ಊಹಿಸಿ. ದೈಹಿಕವಾಗಿ ಹಾಗೂ ಮಾನಸಿಕವಾಗಿ ಎರಡರಲ್ಲೂ ಅತಿ ಸಮರ್ಥರಾಗಿದ್ದರೆ ಮಾತ್ರವೇ ಇಲ್ಲಿ ಅವಕಾಶ. ಇಲ್ಲವೆಂದರೆ ಸೀದಾ ಇಲ್ಲಿಂದ ಗೇಟ್ ಪಾಸ್. ಒಮ್ಮೆಯಾದರೂ ಎನ್.ಎಸ್.ಜಿ. ಕಮ್ಯಾಂಡೋ ಆಗಲೇಬೇಕು ಎಂದು ಮಹದಾಸೆ ಹೊತ್ತಿರುವ ಸೈನಿಕರ ಸಂಖ್ಯೆ ಅದೆಷ್ಟೋ ಸಾವಿರಗಳಲ್ಲಿದೆ. ಎನ್.ಎಸ್.ಜಿ. ಯಲ್ಲಿ ಕೂಡ ಇವರು ಬೋಧಕರಾಗಿ ಸೆಲೆಕ್ಟ್ ಆದರು. ವೀರಚಕ್ರ ಗೌರವ ಪಡೆದಿದ್ದ ಕರ್ನಲ್ ಸೇನ್ ಗುಪ್ತಾರವರು ನೇತೃತ್ವ ವಹಿಸಿದ್ದ ವೀರಪ್ಪನ್ ಕಾರ್ಯಾಚರಣೆಯಲ್ಲಿ ಯೋಗೇಶ್ ಕೂಡ ತಂಡದ ಸದಸ್ಯರಾಗಿ ಭಾಗವಹಿಸಿ ಮಲೆಮಹದೇಶ್ವರ ಬೆಟ್ಟದಲ್ಲಿ ಬೀಡುಬಿಟ್ಟಿದ್ದರು. ಆಗ ಅಕ್ಷರಧಾಮಕ್ಕೆ ಉಗ್ರರು ನುಗ್ಗಿರುವುದಾಗಿ ಆ ಉಗ್ರರ ಮಟ್ಟಹಾಕುವ ಕಾರ್ಯಾಚರಣೆಯಲ್ಲಿ ಭಾಗಿಯಾಗುವಂತೆ ಎನ್.ಎಸ್.ಜಿ. ತಂಡಕ್ಕೆ ಕೇಂದ್ರ

ಗೃಹಮಂತ್ರಿಯವರಿಂದ ಕರೆಬಂತು. ದೆಹಲಿಯಲ್ಲಿದ್ದ ಇವರ ಒಂದು ತಂಡ ನೇರ ಅಕ್ಷರಧಾಮ ಕಾರ್ಯಾಚರಣೆಯಲ್ಲಿ ಭಾಗಿಯಾಗಲು ಹೊರಟರು. ಕರ್ನಲ್ ಸೇನ್ ಗುಪ್ತಾರವರ ತಂಡ ಕೂಡ ಮಲೆಮಹದೇಶ್ವರ ಬೆಟ್ಟದಿಂದ ನೇರ ಗುಜರಾತಿನ ಕಡೆ ಪ್ರಯಾಣ ಬೆಳೆಸಿತು. ಈಗಾಗಲೇ ದೆಹಲಿಯಿಂದ ಹೋಗಿ ಕಾರ್ಯಾಚರಣೆ ಮಾಡುತ್ತಿದ್ದ ತಂಡದೊಡನೆ ಇವರೂ ಕೂಡ ಕೈಜೋಡಿಸಿ ಅಲ್ಲಿನ ಉಗ್ರರನ್ನು ಸದೆಬಡಿದು ಅಕ್ಷರಧಾಮವನ್ನು ಉಗ್ರರ ಕೈಯಿಂದ ಬಿಡುಗಡೆ ಮಾಡಿಸಿದರು. ಅಕ್ಷರಧಾಮ ಕಾರ್ಯಾಚರಣೆ ವೇಳೆ ಇವರ ಹಿರಿಯರು, ಹಿತೈಷಿಗಳು ಆದ ಸುರ್ಜನ್ ಸಿಂಗ್ ರವರು ಹುತಾತ್ಮರಾದರು. ಅದಾದ ಕೆಲ ದಿನಗಳ ಬಳಿಕ ನಡೆದದ್ದು ತಾಜ್ ಹೋಟೆಲ್ ಕಾರ್ಯಾಚರಣೆ. ತಾಜ್ ಹೋಟೆಲ್ ಕಾರ್ಯಾಚರಣೆಯ ಬಗ್ಗೆ ನಮಗೆಲ್ಲಾ ಖಂಡಿತ ತಿಳಿದೇ ಇದೆ. ತಾಜ್ ಹೋಟೆಲ್ ಕಾರ್ಯಾಚರಣೆಯಲ್ಲಿ ಇರುವಾಗಲೇ ಇವರ ಸ್ನೇಹಿತರು ಹಾಗೂ ಹಿತೈಷಿಗಳಾದ ಸಂದೀಪ್ ಮೇಜರ್ ಸಂದೀಪ್ ಉನ್ನಿಕೃಷ್ಣನ್ ರವರು ಹುತಾತ್ಮರಾದರು.

ತಾಜ್ ಕಾರ್ಯಾಚರಣೆಯ ಬಳಿಕ ಮತ್ತೆ ಜಮ್ಮು ಸೆಕ್ಟರ್ ಗೆ ಇವರ ಪೋಸ್ಟಿಂಗ್ ಆಯಿತು. ಜಮ್ಮು ಸೆಕ್ಟರ್ ನಲ್ಲಿ ಬೋಧಕರಾಗಿ ಇವರು ಕಾರ್ಯನಿರ್ವಹಿಸುತ್ತಿದ್ದಾಗ ನಡೆದ ದುರ್ಘಟನೆ ಯೊಂದರಲ್ಲಿ ಇದ್ದಕ್ಕಿದ್ದಂತೆ ಜೋರಾಗಿ ಢಮ್ ಎಂಬ ಶಬ್ದ ಕೇಳಿಬಂತು. ಸುತ್ತಲೂ ಏನೂ ಕಾಣುತ್ತಿಲ್ಲ. ಇಡೀ ಪ್ರದೇಶ ಬರೀ ಕತ್ತಲು ಮತ್ತು ಹೊಗೆಯಿಂದ ತುಂಬಿ ಹೋಗಿತ್ತು. ದೂರದಲ್ಲಿ ನರಳಾಟ ಕೇಳಿಸುತ್ತಿತ್ತು. ಹತ್ತಿರ ಹೋಗಿ ನೋಡಿದರೆ ಅವರ ಸ್ನೇಹಿತರೊಬ್ಬರು ರಕ್ತದ ಮಡುವಿನಲ್ಲಿ ಬಿದ್ದಿದ್ದರು. ಅವರ ಕೈ ಅರ್ಧಕ್ಕೆ ಕತ್ತರಿಸಿ ಹೋಗಿತ್ತು. ಇನ್ನೊಬ್ಬ ಸ್ನೇಹಿತರ ಕತ್ತು ಅರ್ಧ ಸೀಳಿತ್ತು. ಅವರನ್ನು ಕಾಪಾಡಲೆಂದು ಯೋಗೇಶ್ ಬಗ್ಗಲು ಎಷ್ಟೇ ಪ್ರಯತ್ನಿಸಿದರೂ ಕೂಡ ಬಗ್ಗಲು ಸಾಧ್ಯವಾಗುತ್ತಿರಲಿಲ್ಲ. ಯಾಕೆ ಎಂದು ಯೋಚನೆ ಮಾಡಿದಾಗ ಇವರಿಗೆ ತಿಳಿದದ್ದು - ಇವರ ಸೊಂಟ ಹಾಗು ಎಡಗೈಗೆ ಕೂಡ ಜೋರಾಗಿ ಪೆಟ್ಟಾಗಿದೆ ಎಂದು. ತಕ್ಷಣ ಇವರ ಅಧಿಕಾರಿಯ ಫೋನನ್ನು ತೆಗೆದುಕೊಂಡು "ನಾನು ಕಾರ್ಯಾಚರಣೆಯ ಮೇಲೆ ಹೋಗುತ್ತಿದ್ದೇನೆ ಇನ್ನೊಂದೆರಡು ತಿಂಗಳು ನೆಟ್ವರ್ಕ್ ಸಿಗುವುದಿಲ್ಲ ಆಮೇಲೆ ನೆಟ್ವರ್ಕ್ ಸಿಕ್ಕಾಗ ಕಾಲ್ ಮಾಡುತ್ತೇನೆ" ಎಂದು ತಮ್ಮ ಪತ್ನಿಗೆ ಫೋನು ಮಾಡಿ ಹೇಳುವಷ್ಟರಲ್ಲಿ ಪ್ರಜ್ಞೆ ತಪ್ಪಿತ್ತು. ಆಸ್ಪತ್ರೆಯಲ್ಲಿ ಪ್ರಜ್ಞೆ ಬಂದಾಗ ಇವರಿಗೆ ತಿಳಿದದ್ದು ಇವರ ಕೈ ಮೂಳೆಗಳು ನಾಲ್ಕೈದು ಪುಡಿಯಾಗಿದ್ದು ಅವುಗಳನ್ನು ಮತ್ತೆ ಜೋಡಿಸುವುದು ಅಸಾಧ್ಯವೆಂದು ಡಾಕ್ಟರ್ ಹೇಳಿದ್ದರು.

ಹೀಗೆ ಅನೇಕ ಯುದ್ಧಗಳಲ್ಲಿ, ಕಾರ್ಯಾಚರಣೆಗಳಲ್ಲಿ ಭಾಗವಹಿಸಿ ದೇಶದ್ರೋಹಿಗಳ ಹೆಡೆಮುರಿಕಟ್ಟಿದ ವೀರ ಸೇನಾನಿ ಯೋಗೇಶ್ 2011 ರಲ್ಲಿ ಸೈನ್ಯದಿಂದ ನಿವೃತ್ತರಾಗಿ ಇಂದಿಗೂ ಕೂಡ ಬೆಂಗಳೂರಿನಲ್ಲಿ ತಮ್ಮ ಪತ್ನಿ, ಮಕ್ಕಳ ಜೊತೆ ಸುಖೀ ಸಂಸಾರ ನಡೆಸುತ್ತಿದ್ದಾರೆ. ನಾನು ಇಂದಿಗೂ ಫಿಟ್ ಅಂಡ್ ಫೈನ್ ಆಗಿದ್ದೇನೆ. ಈಗಲೂ ಒಂದು ಕರೆ ಬಂದರೆ ಸಾಕು; ಸೈನ್ಯದ ಸಮವಸ್ತ್ರ ಧರಿಸಿ ಕೈಲಿ ಗನ್ ಹಿಡಿಯಲು ನಾನು ಸಿದ್ಧ ಎಂದು ಹೆಮ್ಮೆಯಿಂದಲೇ ಹೇಳುವ ಕೊಡಗಿನ ಈ ವೀರ ಸೇನಾನಿಗೆ ನಮ್ಮ ಕಡೆಯಿಂದ ಒಂದು ಬಿಗ್ ಸಲ್ಯೂಟ್.

ಇವರ ಸೇವೆಯನ್ನು ಗುರುತಿಸಿ ಎನ್.ಎಸ್.ಜಿ. ಡೈರೆಕ್ಟರ್ ಆಫ್ ಜನರಲ್ ರವರು ಡಿ.ಜಿ.ಕಮ್ಯಾಂಡೇಷನ್ ಪ್ರಶಸ್ತಿಯನ್ನು ನೀಡಿ ಗೌರವಿಸಿದೆ. ಇದೊಂದು ಅತ್ಯನ್ನತವಾದ ಮಟ್ಟದ ಗೌರವವಾಗಿದ್ದು ಇದರ ಇನ್ನೊಂದು ವಿಶೇಷವೆಂದರೆ ವರ್ಷಕ್ಕೆ ಕೇವಲ ಒಂದು ಪ್ರಶಸ್ತಿಯನ್ನು ಮಾತ್ರ ನೀಡುವುದು. ಇಂತಹ ಅತ್ಯುನ್ನತ ಮಟ್ಟದ ಪ್ರಶಸ್ತಿ 2003 ರಲ್ಲಿ ಕನ್ನಡ ಕುವರ ಯೋಗೇಶ್ ಅವರಿಗೆ ದೊರಕಿದ್ದು ಕನ್ನಡಿಗರೆಲ್ಲರಿಗೂ ಹೆಮ್ಮೆಯ ವಿಷಯ.

3

ಅಟ್ಟಾರಿ ಗಡಿ
ಕಾಯುತ್ತಿರುವ ಧೀರ
ಕನ್ನಡಿಗ ಶಿವಣ್ಣ

ಯೋಧರಿಗೊಂದು ನಮನ ಅಂಕಣದ ಮೂರನೆಯ ಲೇಖನದಲ್ಲಿ ಇಂದಿನ
ವೀರಯೋಧ - ಶಿವಣ್ಣ ಮಾಯಸಂದ್ರ. ಹುಟ್ಟಿದ್ದು ತುಮಕೂರು ಜಿಲ್ಲೆಯ
ತುರುವೇಕೆರೆ ತಾಲೂಕಿನ ಮಾಯಸಂದ್ರ. ಮಾಯಸಂದ್ರ ಅಂದ್ರೆ ಗೊತ್ತಲ್ವಾ?
ನವರಸನಾಯಕ ಜಗ್ಗೇಶ್ ಅವರ ಹುಟ್ಟೂರು. ದಿವಂಗತ ಕೆಂಪನಂಜಯ್ಯ
ಶ್ರೀಮತಿ ಜಯಮ್ಮನವರ ಆರನೇ ಮಗನಾಗಿ ಆರ್ಥಿಕವಾಗಿ ಹಿಂದುಳಿದ
ಕುಟುಂಬದಲ್ಲಿ ಹುಟ್ಟಿದರು. ಪ್ರಾಥಮಿಕ ಶಾಲಾ ಶಿಕ್ಷಣವನ್ನು ಮಾಯಸಂದ್ರದಲ್ಲಿ
ಮುಗಿಸಿ, ಸರ್ಕಾರಿ ಹಾಸ್ಟೆಲ್ ನಲ್ಲಿದ್ದುಕೊಂಡೇ ಹೈಸ್ಕೂಲ್ ಮತ್ತು ಪಿಯುಸಿ
ವಿದ್ಯಾಭ್ಯಾಸ ಮುಗಿಸಿದರು. ಪಿಯುಸಿ ನಂತರ ಇವರ ಸ್ನೇಹಿತರೆಲ್ಲರೂ
ಕಾಲೇಜಿನ ಅರ್ಜಿಗಳನ್ನು ತುಂಬುತ್ತಿದ್ದರೆ, ಶಿವಣ್ಣ ಭಾರತೀಯ ಸೇನೆ ಸೇರುವ
ಅರ್ಜಿಯನ್ನು ತುಂಬುತ್ತಿದ್ದರು. ಹೌದು ತಮ್ಮ ಹತ್ತೊಂಭತ್ತನೇ ವಯಸ್ಸಿಗಾಗಲೇ
ಶಿವಣ್ಣ ಸೇನೆಯ ಕ್ಯಾಪ್ ಅನ್ನು ಧರಿಸಿದ್ದರು.

ಇವರು ಸೇನೆ ಸೇರಿದ ಹಿಂದೆಯೂ ಒಂದು ಇಂಟೆರೆಸ್ಟಿಂಗ್ ಕತೆ ಇದೆ. 1999
ರಲ್ಲಿ ಕಾರ್ಗಿಲ್ ಯುದ್ಧ ಸಂದರ್ಭದಲ್ಲಿ ವೀರಾವೇಶದಿಂದ ಹೋರಾಡಿ
ಹುತಾತ್ಮರಾದ ವೀರ ಸೈನಿಕರ ಸುದ್ದಿಗಳನ್ನು ಪ್ರತಿ ದಿನ ಪತ್ರಿಕೆಗಳಲ್ಲಿ ಓದುತ್ತಾ,
ಏನಾದರಾಗಲಿ, ಸೈನ್ಯ ಸೇರಿ ಪಾಕಿಸ್ತಾನದ ಉಗ್ರರನ್ನು

ಹೊಡೆದೋಡಿಸಲೇಬೇಕು ಪಣತೊಟ್ಟರು. ಇಂಟರ್ನೆಟ್ ಅಷ್ಟಾಗಿ ಇಲ್ಲದ ಆ ಕಾಲದಲ್ಲಿ ಮಾಹಿತಿ ಪಡೆಯುವುದು ಎಷ್ಟು ಕಷ್ಟವಿತ್ತೆಂದು ನಮಗೆಲ್ಲಾ ಗೊತ್ತು. ಆದರೂ ಅವರಿವರ ಕೈಕಾಲು ಹಿಡಿದು ಸೇನೆ ಸೇರುವ ಅರ್ಜಿಯನ್ನು ತುಂಬಿಸಿ ಕಳಿಸೇಬಿಟ್ಟರು. ನಮ್ಮ ಮಗ ಕಣ್ಣೆದುರೇ ಕೂಲಿ-ನಾಲಿ ಮಾಡಿಕೊಂಡಿರಲಿ. ದೂರದಲ್ಲಿ ಎಲ್ಲೋ ಇರುವುದು ಬೇಡ ಎಂದು ಇವರ ಅಪ್ಪ-ಅಮ್ಮ ಪ್ರಾರ್ಥಿಸುತ್ತಿದ್ದರೆ, ನನಗೆ ಹೇಗಾದರೂ ಸೇನೆಯಲ್ಲಿ ಕರೆ ಬರಲಪ್ಪಾ ದೇವ್ರೇ; ದುಷ್ಟರ ಸಂಹಾರ ಮಾಡುವ ಅವಕಾಶ ಸಿಗಲಿ ಎಂದು ಇವರ ಇಷ್ಟದೇವರಾದ ಆದಿಚುಂಚನಗಿರಿಯ ಶ್ರೀ ಕಾಲಭೈರವೇಶ್ವರನಲ್ಲಿ ಶಿವಣ್ಣನವರು ಪ್ರಾರ್ಥಿಸುತ್ತಿದ್ದರು. ಕಡೆಗೂ ಆ ಕಾಲಭೈರವೇಶ್ವರ ತಥಾಸ್ತು ಎಂದಿದ್ದು ಶಿವಣ್ಣನವರಿಗೇನೇ. ಹೀಗೆ ತಮ್ಮ ಹತ್ತೊಂಭತ್ತನೇ ವಯಸ್ಸಿಗೇ ಗಡಿ ಭದ್ರತಾ ಪಡೆಯ ಯೋಧನಾಗಿ ಟ್ರೈನಿಂಗಿಗೆ ಪಂಜಾಬ್ ರೈಲು ಏರಿದ್ದರು ಶಿವಣ್ಣ.

ಮೊದಮೊದಲು ಸೇನೆ ಸೇರುವುದು ಬೇಡ ಎಂದು ಇವರ ತಂದೆ-ತಾಯಿ-ಅಣ್ಣಂದಿರಿಗೆ ಅನಿಸಿತ್ತಾದರೂ, ದೇಶಸೇವೆ ಮಾಡುವ ಅವಕಾಶ ಎಲ್ಲರಿಗೂ ಸಿಗುವುದಿಲ್ಲ. ಪೂರ್ವಜನ್ಮದ ಪುಣ್ಯದ ಫಲ ಇದು. ನಾವೇಕೆ ಬೇಡ ಅನ್ನಬೇಕು. ಎಲ್ಲ ಮಕ್ಕಳೂ ತಮ್ಮ ಅಪ್ಪ-ಅಮ್ಮನ ಕ್ಷೇಮವನ್ನು ಮಾತ್ರ ನೋಡಿಕೊಂಡರೆ ನನ್ನ ಮಗ ಕೋಟ್ಯಂತರ ಅಪ್ಪ-ಅಮ್ಮಂದಿರ ಕ್ಷೇಮ ನೋಡಿಕೊಳ್ಳಲು ಹೊರಟಿದ್ದಾನೆ. ಎಷ್ಟು ಜನ ತಂದೆ-ತಾಯಿಗೆ ಇಂತಹ ಮಗನಿರಲು ಸಾಧ್ಯ? ಧೈರ್ಯವಾಗಿ ಹೋಗಿ ಬಾ ಕಂದ. ನಮ್ಮ ಊರು,ದೇಶಕ್ಕೆ ಕೀರ್ತಿತರುವ ಮಗನಾಗಿ ವಾಪಾಸ್ ಬಾ ಎಂದು ಹರಸಿ ಕಳಿಸಿಕೊಟ್ಟರು. ಆ ತಂದೆ ತಾಯಿಯ ಆಶೀರ್ವಾದ ವೃಥಾ ಆಗಲಿಲ್ಲ. ಕೆಲವೇ ವರ್ಷಗಳಲ್ಲಿ ಶಿವಣ್ಣ ಎಷ್ಟು ಬೆಳೆದರೆಂದರೆ ಅವರ ಹುಟ್ಟೂರು ಮಾಯಸಂದ್ರದಲ್ಲಿ ಊರಿನ ಪ್ರಮುಖ ವೃತ್ತವೊಂದಕ್ಕೆ ಇವರ ಹೆಸರಿಟ್ಟು, ಊರ ಹಿರಿಯರೆಲ್ಲ ಸೇರಿ ವೀರಯೋಧ ಎಂದು ಪ್ರಶಸ್ತಿ ಕೊಟ್ಟು ಸನ್ಮಾನಿಸುವಷ್ಟು ಎತ್ತರಕ್ಕೆ ಬೆಳೆದುಬಿಟ್ಟರು.

ಪಂಜಾಬ್ ನಲ್ಲಿ ತುಮಕೂರಿನ ಹುಡುಗ

ಪಂಜಾಬ್ ನಲ್ಲಿ ಶಿವಣ್ಣನವರ ಟ್ರೈನಿಂಗ್ ಶುರುವಾಯ್ತು. ಪಂಜಾಬ್ ವಾತಾವರಣ ತುಂಬಾ ವಿಚಿತ್ರ. ಚಳಿಗಾಲದಲ್ಲಿ ಮೈ ಕೊರೆಯುವ ಚಳಿಯಾದರೆ, ಬೇಸಿಗೆಯಲ್ಲಿ ವಿಪರೀತ ಬಿಸಿಲು. ನನ್ನೊಡನೆ ಫೋನಿನಲ್ಲಿ ಮಾತಾಡುವಾಗ ಶಿವಣ್ಣನವರೇ "ನನ್ನ ಇಡೀ ಜೀವಮಾನದಲ್ಲೇ ಇಷ್ಟು ಚಳಿಯನ್ನು ನಾನು ಮೊದಲು ನೋಡಿದ್ದು ಪಂಜಾಬ್ ನಲ್ಲಿ" ಎಂದಿದ್ದರು. ತುಮಕೂರಿನ ವಾತಾವರಣದಲ್ಲಿ ಬೆಳೆದಿದ್ದ ಶಿವಣ್ಣನವರಿಗೆ ಪಂಜಾಬ್ ನ ವಾತಾವರಣಕ್ಕೆ ತಲೆನೋವು ಬರಹತ್ತಿತು.

ಒಮ್ಮೊಮ್ಮೆ ತಲೆನೋವಾದರೆ, ಒಮ್ಮೊಮ್ಮೆ ವಾಂತಿ. ಹೀಗೆ ಆದರೆ ಬಹುಶಃ ನಾನು ಊರಿಗೆ ವಾಪಾಸ್ ಹೋಗಬೇಕಾಗುವುದೇನೋ? ಆದರೆ ಯಾವ ಮುಖವಿಟ್ಟುಕೊಂಡು ಊರಿಗೆ ವಾಪಾಸ್ ಹೋಗಲಿ? ಅಪ್ಪ-ಅಮ್ಮನ ಆಶೀರ್ವಾದ ವೃಥಾ ಆಗಲಿಕ್ಕೆ ಬಿಡಬಾರದು. ಏನಾದರಾಗಲಿ, ದೇಹವನ್ನು ಹಿಡಿತದಲ್ಲಿಟ್ಟುಕೊಳ್ಳಬೇಕು. ಚಳಿಯಾಗಲಿ, ಮಳೆಯಾಗಲಿ ಸೋಲಬಾರದು. ಟ್ರೈನಿಂಗ್ ಮುಗಿಸಲೇಬೇಕು. ಪಾಕಿಸ್ತಾನದ ಗಡಿಯಲ್ಲಿ ಕನಿಷ್ಠ ಒಂದು ದಿನವಾದರೂ ಸೇವೆ ಸಲ್ಲಿಸಲೇಬೇಕು. ಕಾರ್ಗಿಲ್ ಯುದ್ಧದಲ್ಲಿ ಹುತಾತ್ಮರಾದ ನನ್ನ ಅಣ್ಣ-ತಮ್ಮಂದಿರಿಗೆ ಈ ಮೂಲಕ ಒಂದು ಚಿಕ್ಕ ಗೌರವವನ್ನಾದರೂ ನಾನು ಕೊಡಲೇಬೇಕು ಎಂದು ದೃಢನಿಶ್ಚಯ ಮಾಡಿಕೊಂಡು ಪಂಜಾಬ್ ನ ಪರಿಸ್ಥಿತಿಗೆ ದೇಹವನ್ನು ಅಣಿಯಾಗಿಸಿಕೊಂಡರು. ಅತ್ಯುತ್ತಮ ಗ್ರೇಡ್ ನೊಂದಿಗೆ ಟ್ರೈನಿಂಗ್ ಮುಗಿಸಿ ಮುಂದಿನ ಕರ್ತವ್ಯಕ್ಕೆ ಗುಜರಾತ್ ಕಡೆ ಪ್ರಯಾಣ ಬೆಳೆಸಿದರು.

ಅದೇ ಸಂದರ್ಭದಲ್ಲಿ ಗುಜರಾತ್ ನಲ್ಲಿ ಭೂಕಂಪ ಸಂಭವಿಸಿ ಅಪಾರ ಸಾವು ನೋವು ಸಂಭವಿಸಿತ್ತು ಭೂಕಂಪ ಸಂತ್ರಸ್ಥರ ಸೇವೆ ಮುಗಿಸುವಷ್ಟರಲ್ಲೇ ಗೋಧ್ರಾ ದಂಗೆ ಶುರುವಾಯ್ತು. ಗೋಧ್ರಾ ದಂಗೆಯ ಸಂದರ್ಭದಲ್ಲಿ ಕೂಡ ಕರ್ತವ್ಯ ನಿರ್ವಹಿಸಿದ ಕೀರ್ತಿ ಶಿವಣ್ಣನವರದ್ದು.

ಗುಜರಾತಿನ ಸೇವೆಯ ನಂತರ ಶಿವಣ್ಣನವರ ಪಯಣ ನೇರ ಈಶಾನ್ಯ ಭಾರತದೆಡೆಗೆ. ತ್ರಿಪುರಾದ ಗಡಿ ರಕ್ಷಣೆಯ ಭಾರ ಇವರ ಹೆಗಲಿಗೆ ಬಿತ್ತು. ಆ ಸಮಯದಲ್ಲಿ ಈಶಾನ್ಯ ರಾಜ್ಯಗಳಲ್ಲಿ ಮಾವೋ ಉಗ್ರವಾದಿಗಳ ಅಟ್ಟಹಾಸ ಮುಗಿಲು ಮುಟ್ಟಿತ್ತು. ಎರಡು ಬಾರಿ ಉಗ್ರವಾದಿಗಳ ದಾಳಿಯಿಂದಾಗಿ ಇವರ ತುಕಡಿಯ ಹತ್ತಕ್ಕೂ ಹೆಚ್ಚು ಜನ ಸೈನಿಕರು ಹುತಾತ್ಮರಾದರು. ಕೇವಲ ಕೂದಲೆಳೆ ಅಂತರದಲ್ಲಿ ಇವರು ಬಚಾವಾದರು. ಆದರೂ ಎದೆಗುಂದದೆ ಉಗ್ರವಾದಿಗಳ ಎದೆಗೆ ಬಂದೂಕು ಗುರಿ ಇಟ್ಟು ನಿಲ್ಲುವುದರಿಂದ ಮಾತ್ರ ಹಿಂದೆ ಸರಿಯಲಿಲ್ಲ. ಆಗ ಈಶಾನ್ಯ ರಾಜ್ಯದ ಗಡಿಗಳಲ್ಲಿ ಸರಿಯಾದ ರಸ್ತೆ, ಮೂಲಭೂತ ಸೌಕರ್ಯಗಳು ಅಷ್ಟಾಗಿ ಅಭಿವೃದ್ಧಿ ಹೊಂದಿರಲಿಲ್ಲ. ಹೆಲಿಕಾಪ್ಟರ್ ಮುಖಾಂತರ ತಿಂಗಳಿಗೊಮ್ಮೆ ಆಹಾರ ಪದಾರ್ಥಗಳನ್ನು ಮೇಲಿಂದ ಡ್ರಾಪ್ ಮಾಡಲಾಗುತ್ತಿತ್ತು.ಅಂತಹ ಕಠಿಣ ಪರಿಸ್ಥಿತಿಯಲ್ಲೂ ಉಗ್ರಗಾಮಿಗಳೆಡೆಗೆ ತಮ್ಮ ಬಂದೂಕನ್ನು ಗುರಿಯಿಟ್ಟು ಅಚಲವಾಗಿ ನಿಂತರು. ತ್ರಿಪುರಾದ ನಂತರ ಅಸ್ಸಾಂ, ಪಶ್ಚಿಮಬಂಗಾಳ, ನಕ್ಸಲರ ಅಟ್ಟಹಾಸ ಹೆಚ್ಚಾಗಿದ್ದ ಛತ್ತೀಸ್ ಘಡದ ಅಭಯಾರಣ್ಯದಲ್ಲಿ ನಕ್ಸಲ್ ನಿಗ್ರಹ ಕಾರ್ಯಪಡೆಗೆ ಇವರನ್ನು ನಿಯೋಜಿಸಲಾಯ್ತು. ಅಲ್ಲೂ ಕೂಡ ಸುಸೂತ್ರವಾಗಿ 2 ವರ್ಷಗಳ ಕಠಿಣ ಸೇವೆ ಮುಗಿಸಿ ನಂತರ 2019 ರಿಂದ ಪಂಜಾಬ್ ನ

ವಿಶ್ವವಿಖ್ಯಾತ ಅಟ್ಟಾರಿ-ವಾಘಾ ಗಡಿಯಲ್ಲಿ ಗಾರ್ಡ್ ಕಮಾಂಡರ್ ಆಗಿ ಸೇವೆ ಇಂದಿಗೂ ಸೇವೆ ಸಲ್ಲಿಸುತ್ತಿದ್ದಾರೆ. ಅಂದಹಾಗೆ ಭಾರತ-ಪಾಕಿಸ್ತಾನ ನಡುವಿನ ಅಟ್ಟಾರಿ-ವಾಘಾ ಗಡಿಯಲ್ಲಿ ಸೇವೆ ಸಲ್ಲಿಸುತ್ತಿರುವವರಲ್ಲಿ ಇವರೊಬ್ಬರೇ ಕನ್ನಡಿಗರು. ಇವರ ಹದ್ದಿನ ಕಣ್ಣು ತಪ್ಪಿಸಿಕೊಂಡು ಒಂದು ಇರುವೆ ಕೂಡ ಒಳನುಸುಳದಂತೆ ಅಚಲವಾಗಿ ನಿಂತಿದ್ದಾರೆ. ಪಾಕಿಸ್ತಾನದಿಂದ ಭಾರತಕ್ಕೆ ಒಂದು ಇರುವೆ ಬರಬೇಕಾದರೂ ಅದಕ್ಕೆ ಶಿವಣ್ಣನವರ ಅಪ್ಪಣೆ ಬೇಕು ಎಂಬಂತೆ ಹಗಲಿರುಳೂ ಕಾವಲು ಕಾಯುತ್ತಿದ್ದಾರೆ ಕನ್ನಡದ ಈ ಹೆಮ್ಮೆಯ ಕುವರ. ಇವರ ದೇಶಸೇವೆ ಹೀಗೆಯೇ ನಿರಂತರ ಸಾಗಲಿ. ತಾಯಿ ಭಾರತಾಂಬೆ ಇವರಿಗೆ ಸಕಲೈಶ್ವರ್ಯ ನೀಡಲಿ ಎಂಬುದೇ ನನ್ನ ಪ್ರಾರ್ಥನೆ.

ಅಮೆರಿಕದಲ್ಲೂ ಸೇವೆ ಸಲ್ಲಿಸಿದ ಹೆಗ್ಗಳಿಕೆ:

ಭಾರತವಷ್ಟೇ ಅಲ್ಲದೆ ದೂರದ ಅಮೆರಿಕಾದಲ್ಲೂ ಸೇವೆ ಸಲ್ಲಿಸಿದ ಹೆಗ್ಗಳಿಕೆ ಇವರದ್ದು. 2014 ರಲ್ಲಿ ವಿಶ್ವಸಂಸ್ಥೆಯ ಸೇನಾ ಪಡೆಗೆ ಆಯ್ಕೆಯಾಗಿ 1ವರ್ಷ ಕಾಲ ಅಮೇರಿಕಾದ ಸಮೀಪವಿರುವ ಹೈತಿ ಎಂಬ ದೇಶದಲ್ಲಿ 29 ರಾಷ್ಟ್ರಗಳ ಸೇನೆಗಳೊಂದಿಗೆ ಶಾಂತಿ ಸುವ್ಯವಸ್ಥೆ ಕಾಪಾಡುವ ಕಾರ್ಯ ನಿರ್ವಹಿಸಿದ್ದಾರೆ. ಮೂರು ಲಕ್ಷ ಜನ ಇರುವ ಪಡೆಯಿಂದ ಆಯ್ಕೆ ಮಾಡಿದ 140 ಜನ ಸೈನಿಕರಲ್ಲಿ ಶಿವಣ್ಣ ಒಬ್ಬರು ಎಂದರೆ ಇವರ ಸಾಮರ್ಥ್ಯ ಎಷ್ಟು ಎಂದು ಊಹಿಸಿಕೊಳ್ಳಿ. ಅಮೇರಿಕಾದಲ್ಲಿ ಇವರು ಸಲ್ಲಿಸಿದ ಸೇವೆಯನ್ನು ಮೆಚ್ಚಿ "ವಿಶ್ವಶಾಂತಿ ಸೇನಾ ಪದಕ" ವನ್ನು ಕೊಟ್ಟು ವಿಶ್ವ ಸಂಸ್ಥೆ ಇವರನ್ನು ಗೌರವಿಸಿದೆ.

ಪ್ರಶಸ್ತಿಗಳ ಸರದಾರ:

ಇವರು ಪಡೆದ ಪದಕಗಳು, ಪ್ರಶಸ್ತಿಗಳಂತೂ ಲೆಕ್ಕವಿಲ್ಲದಷ್ಟು.

- ಆಪರೇಷನ್ ಪರಾಕ್ರಮ ಪದಕ
- ಕಠಿಣ ಸೇವಾ ಪದಕ
- ಸ್ವರ್ಣಜಯಂತಿ ಪದಕ
- ವಿಶ್ವಶಾಂತಿ ಸೇನಾ ಪದಕ

ಸೇರಿದಂತೆ ಅನೇಕ ಸಂಘ ಸಂಸ್ಥೆಗಳು ಹತ್ತಾರು ಪ್ರಶಸ್ತಿಗಳನ್ನು ನೀಡಿ ಇವರನ್ನು ಗೌರವಿಸಿವೆ. ಇವರ ಬಗ್ಗೆ ದೇಶದ ಪತ್ರಿಕೆಗಳಲ್ಲಿ ಅನೇಕ ಲೇಖನಗಳು, ಟೀವಿಯಲ್ಲಿ ಅನೇಕ ಕಾರ್ಯಕ್ರಮಗಳು ಪ್ರಸಾರವಾಗಿವೆ. ಇವರ ಹುಟ್ಟೂರು ಮಾಯಸಂದ್ರದಲ್ಲಿ ಪ್ರಮುಖ ವೃತ್ತವೊಂದಕ್ಕೆ "ಯೋಧ ಶಿವಣ್ಣ ವೃತ್ತ" ಎಂದು ಹೆಸರಿಟ್ಟು ಇವರನ್ನು ಗೌರವಿಸಿದೆ. ಊರಿಗೆ ಇವರನ್ನು ಆಮಂತ್ರಿಸಿ, ಊರಿನ

ಹಿರಿಯರೆಲ್ಲ ಸೇರಿ "ವೀರಯೋಧ" ಎಂಬ ಬಿರುದನ್ನು ನೀಡಿ ಗೌರವಿಸಿದ್ದಾರೆ.

ವಿಂಗ್ ಕಮ್ಯಾಂಡರ್ ಅಭಿನಂದನ್ ಅವರನ್ನು ಭಾರತಕ್ಕೆ ಬರಮಾಡಿಕೊಂಡಿದ್ದು:

ಪಾಕಿಸ್ತಾನದ ಯುದ್ಧ ವಿಮಾನವನ್ನು ಹೊಡೆದುರುಳಿಸಿ ಪಾಕಿಸ್ತಾನದಲ್ಲಿ ಬಂಧಿಸಲ್ಪಟ್ಟಿದ್ದ ವೀರ ಚಕ್ರ ಪುರಸ್ಕೃತ ವಿಂಗ್ ಕಮ್ಯಾಂಡರ್ ಅಭಿನಂದನ್ ವರ್ಧಮಾನ್ ಅವರು ಪಾಕಿಸ್ತಾನದಿಂದ ಭಾರತಕ್ಕೆ ವಾಪಸ್ ಬಂದಾಗ ಅಟ್ಟಾರಿ ಗಡಿಯಲ್ಲಿ ಅವರನ್ನು ಸ್ವಾಗತ ಮಾಡಿದ್ದು ಕೂಡ ಶಿವಣ್ಣನವರೇ. ಆದಿನದ ಬಗ್ಗೆ ಶಿವಣ್ಣ ಹೇಳುವುದನ್ನು ಅವರ ಮಾತಿನಲ್ಲೇ ಕೇಳಿ:

ಅಭಿನಂದನ್ ರವರು ಪಾಕಿಸ್ತಾನದಿಂದ ಬಿಡುಗಡೆಯಾಗಿ ಬರುವ ದಿನ ಬೆಳಿಗ್ಗೆಯಿಂದಲೇ ದೇಶಭಕ್ತರು ಹಾಗೂ ಅಭಿಮಾನಿಗಳ ಮಹಾಪೂರವೇ ಹರಿದುಬಂದಿತ್ತು. ಜೊತೆಗೆ ರಾಷ್ಟ್ರೀಯ, ಅಂತಾರಾಷ್ಟ್ರೀಯ ಸುದ್ದಿವಾಹಿನಿಗಳು, ಪತ್ರಕರ್ತರು, ಸೇನಾಪಡೆ ಹಾಗೂ ವಾಯುಪಡೆಯ ಹಿರಿಯ ಅಧಿಕಾರಿಗಳ ದಂಡೇ ಅಟ್ಟಾರಿ ಗಡಿಗೆ ಆಗಮಿಸಿತ್ತು. ಅವರನ್ನೆಲ್ಲ ಗಡಿಯಿಂದ 1 ಕಿಲೋ ಮೀಟರ್ ಹಿಂದೆನೇ ತಡೆಯಲಾಗಿತ್ತು. ಪ್ರತಿದಿನ ನಡೆಯುವ ಬೀಟಿಂಗ್ ರಿಟ್ರೀಟ್ ಸೆರಮನಿ ಯನ್ನು ಸಾರ್ವಜನಿಕರಿಗೆ ಇದೇ ಮೊದಲನೇ ಬಾರಿಗೆ ಬಂದ್ ಮಾಡಲಾಗಿತ್ತು. ದೇಶದ ಪ್ರಧಾನಮಂತ್ರಿ ರಕ್ಷಣಾ ಮಂತ್ರಿಗಳಿಗೆ ಕ್ಷಣಕ್ಷಣದ ಮಾಹಿತಿಯನ್ನು ಅಟ್ಟಾರಿ ಗಡಿಯಿಂದ ರವಾನೆ ಮಾಡಲಾಗಿತ್ತು. ಬೆಳಿಗ್ಗೆ ಮಧ್ಯಾಹ್ನ ಸಾಯಂಕಾಲ ವರೆಗೆ ತಾಳ್ಮೆಯಿಂದ ಕಾಯುತ್ತಿದ್ದ ಅಧಿಕಾರಿಗಳಿಗೆ ರಿಲೀಫ್ ನೀಡುವಂತೆ ಕೊನೆಗೂ ರಾತ್ರಿ 9:30 ಕ್ಕೆ ಅಭಿನಂದನ್ ಅವರನ್ನು ವಾಘಾ ಗಡಿಗೆ ಕರೆತರಲಾಯಿತು. ಅಭಿನಂದನ್ ರವರಿಗಾಗಿ ಮಧ್ಯಾಹ್ನದ ಊಟ ಮತ್ತು ರಾತ್ರಿಯ ಊಟವನ್ನು ಸಿದ್ಧಪಡಿಸಲಾಗಿತ್ತು ಆದರೆ ಸಮಯದ ಅಭಾವದಿಂದ ಅಭಿನಂದನ್ ರವರನ್ನು ನೇರ ದೆಹಲಿಗೆ ಕರೆದೊಯ್ಯಲಾಯಿತು. ಆ ದಿನ ಎಲ್ಲಾ ಜವಾನರ ಮೊಬೈಲ್ ಗಳು ಹಾಗೂ ಕ್ಯಾಮರಾಗಳನ್ನು ಜಮಾ ಮಾಡಿಕೊಳ್ಳಲಾಗಿತ್ತು ಯಾವುದೇ ರೀತಿಯ ಫೋಟೋ / ವೀಡಿಯೋ ಗೆ ಅವಕಾಶ ನೀಡಲಿಲ್ಲ. ಅಭಿನಂದನ್ ರವರು ಭಾರತದ ಗಡಿಗೆ ಪ್ರವೇಶಿಸುತ್ತಿದ್ದಂತೆ ಇಲ್ಲಿದ್ದ ಯೋಧರಿಂದ ಭಾರತ್ ಮಾತಾಕಿ ಜೈ....ಹಿಂದೂಸ್ತಾನ್ ಜಿಂದಾಬಾದ್..... ವಂದೇ ಮಾತರಂ ಎಂಬ ಘೋಷಣೆಗಳು ಮುಗಿಲು ಮುಟ್ಟಿದ್ದವು.

ಸಂಸದ ಪ್ರತಾಪ್ ಸಿಂಹರವರ ಜೊತೆ:

ಮಾರ್ಚ್ 19 ರಂದು ಮೈಸೂರು ಹಾಗೂ ಕೊಡಗಿನ ಜನಪ್ರಿಯ ಸಂಸದರಾದ ಶ್ರೀ ಪ್ರತಾಪ್ ಸಿಂಹರವರು ಅಟ್ಟಾರಿ - ವಾಘಾ ಗಡಿಗೆ ಕುಟುಂಬ

ಸಮೇತರಾಗಿ ಭೇಟಿ ನೀಡಿದ್ದರು. ಅಟ್ಟಾರಿ ಗಡಿಯಲ್ಲಿ ಇರುವ ಕನ್ನಡಿಗ ಇವರೊಬ್ಬರೇ ಆಗಿದ್ದರಿಂದ ಪ್ರತಾಪ್ ಸಿಂಹರನ್ನು ಭೇಟಿ ಮಾಡುವ ಆಸೆಯಿಂದಾಗಿ ಅವರ ಬರುವಿಕೆಯನ್ನೇ ಕಾಯುತ್ತಿದ್ದರು. ಸಂಜೆ ಪರೇಡ್ ಟೈಮ್ ನಲ್ಲಿ ಬಂದ ಶ್ರೀ ಪ್ರತಾಪ್ ಸಿಂಹರವರಿಗೆ ಗಡಿ ಬಗ್ಗೆ ಪರಿಚಯ ಮಾಡಿಸಿ ಬಾರ್ಡರ್ ಪಿಲ್ಲರ್ ನಂಬರ್ 102 ರ ಬಳಿ ಕರೆದುಕೊಂಡು ಹೋಗಿ, ಅಟ್ಟಾರಿ ಗಡಿಯ ಬಗ್ಗೆ ಕನ್ನಡದಲ್ಲಿ ಪೂರ್ತಿಯಾಗಿ ವಿವರಿಸಿ ಕೆಲವು ಫೋಟೋಗಳನ್ನ ಸಹ ಇವರೇ ತೆಗೆದರಂತೆ. ನಂತರ ಚಹಾ ಮತ್ತು ಬಿಸ್ಕೇಟ್ ಕುಡಿದು ಹೊರಡುವ ಸಮಯದಲ್ಲಿ ಪ್ರತಾಪ್ ಸಿಂಹ ರವರು "ದೇಶ ಕಾಯುವ ಯೋಧರು ದೇವರಿಗೆ ಸಮಾನ" ಅವರ ಕಾಲಿಗೆ ಬಿದ್ದು ನಮಸ್ಕರಿಸು ಅಂತ ಮಗಳಿಗೆ ಹೇಳಿದರಂತೆ. ಪ್ರತಾಪ್ ಸಿಂಹರ ಆ ಸಂಸ್ಕೃತಿಯನ್ನು ಕಂಡು ನನ್ನ ಕಣ್ಣುಗಳು ಒದ್ದೆಯಾಯಿತು ಎಂದು ಶಿವಣ್ಣನವರು ಭಾವುಕರಾಗಿ ಹೇಳುತ್ತಾರೆ.

4

ಕಾರ್ಗಿಲ್ ಕದನದ ಹೀರೋ – ಬೆಳಗಾವಿಯ ಯಶವಂತ್ ಕೋಲ್ಕಾರ್.

ಮೊನ್ನೆಯಷ್ಟೇ ನಾವು ಕಾರ್ಗಿಲ್ ವಿಜಯ್ ದಿವಸ್ ಅನ್ನು ಆಚರಿಸಿದ್ದೇವೆ. ಕಾಶ್ಮೀರದ ಭೂಭಾಗವಾದ ಸಿಯಾಚಿನ್ ಕಾರ್ಗಿಲ್ ನಂತಹ ಪ್ರದೇಶಗಳಲ್ಲಿ -30 ಡಿಗ್ರಿ ವರೆಗೂ ಚಳಿ ಹೋಗುತ್ತದೆ. ಹೀಗಾಗಿ ಈ ಅವಧಿಯಲ್ಲಿ ಭಾರತ-ಪಾಕಿಸ್ತಾನ ಎರಡೂ ಕಡೆಯವರೂ ಮಾಡಿಕೊಂಡ ಒಪ್ಪಂದದಂತೆ ಸೈನಿಕರನ್ನು ಹಿಂತೆಗೆದುಕೊಳ್ಳಲಾಗುತ್ತದೆ. ಆ ಮಾತಿನಂತೆ ಭಾರತೀಯ ಸೇನೆ ತನ್ನ ಸೈನಿಕರನ್ನು ಹಿಂತೆಗೆದುಕೊಂಡಿತು. ಇದೇ ಸಮಯವನ್ನೇ ಕಾದಿದ್ದ ಪಾಕಿಸ್ತಾನ ತನ್ನ ನರಿ ಬುದ್ಧಿಯನ್ನು ತೋರಿಸಿ ಒಂದೂವರೆ ಸಾವಿರಕ್ಕೂ ಹೆಚ್ಚು ಸೈನಿಕರನ್ನು ಲೈನ್ ಆಫ್ ಕಂಟ್ರೋಲ್ ದಾಟಿಸಿ, ಭಾರತೀಯ ಭೂಭಾಗಕ್ಕೆ ಸೇರಿದ ಹಿಮಾಲಯದ ಕಣಿವೆಗಳ ಮೇಲೆ ಪ್ರತಿಷ್ಠಾಪಿಸಿ, ಸುಮಾರು ನೂರೈವತ್ತು ಕಿಲೋಮೀಟರ್ ವಿಸ್ತೀರ್ಣದ ಭಾಗವನ್ನು ತನ್ನ ತೆಕ್ಕೆಗೆ ತೆಗೆದುಕೊಂಡಿತು. ಬೆಟ್ಟದ ಮೇಲೆ ಬಂದೋಬಸ್ತ್ ಆದ ಜಾಗದಲ್ಲಿ ಅಪಾರ ಶಸ್ತ್ರಗಳ ಸಮೇತ ಕುಳಿತಿರುವ ಪಾಕಿಗಳನ್ನು ಬೆಟ್ಟದ ಕೆಳಗಡೆಯಿಂದ ಎದುರಿಸಿ ಓಡಿಸುವುದು ಸುಲಭದ ಮಾತಲ್ಲ. ಮೇಲಿಂದ ಅವರು ಬಾಂಬ್ ದಾಳಿಯನ್ನೇ ಮಾಡಬೇಕೆಂದೇನಿಲ್ಲ. ಬಂಡೆಗಳನ್ನು ಉರುಳಿಸಿದರೂ ಸಹ ಭಾರತೀಯರನ್ನು ಸೋಲಿಸಬಹುದು. ಅಂತಹ ಸುಸ್ಥಿತಿಯಲ್ಲಿ ಕುಳಿತಿದ್ದ ಪಾಕಿಗಳನ್ನು ಎದುರಿಸಲು ಭಾರತ ಸೇನೆ

ಸನ್ನದ್ಧವಾಯ್ತು. ಒಬ್ಬ ಪಾಕಿಸ್ತಾನ ಸೈನಿಕನಿಗೆ ಹತ್ತು ಭಾರತೀಯ ಸೈನಿಕರಂತೆ ಇಪ್ಪತ್ತು ಸಾವಿರಕ್ಕೂ ಹೆಚ್ಚು ಭಾರತೀಯ ಧೀರ ಯೋಧರು ಪಾಕಿಸ್ತಾನದ ಮೇಲೆ ಯುದ್ಧ ಸಾರಿಯೇ ಬಿಟ್ಟರು. ಎಪ್ಪತ್ತು ದಿನಕ್ಕೂ ಹೆಚ್ಚು ಕಾಲ ನಡೆದ ಆ ಯುದ್ಧದಲ್ಲಿ ಕಡೆಗೂ ಪಾಕಿಗಳು ಮಣ್ಣುಮುಕ್ಕಿದ್ದರು. 527 ಭಾರತೀಯ ವೀರಸೈನಿಕರು ತಮ್ಮ ಪ್ರಾಣವನ್ನು ಅರ್ಪಿಸಿ ನಮಗೆ ಈ ವಿಜಯವನ್ನು ದೊರಕಿಸಿಕೊಟ್ಟಿದ್ದರು. ಅಂತಹ ಧೀರಯೋಧರಲ್ಲಿ ಒಬ್ಬರು ನಮ್ಮ ಬೆಳಗಾವಿಯ ಶ್ರೀ ಯಶವಂತ್ ಕೋಲ್ಕಾರ್. ತಮ್ಮ ಚಿಕ್ಕವಯಸ್ಸಿನಲ್ಲಿಯೇ ಧೀರತನದಿಂದ ಹೋರಾಡಿ ಹುತಾತ್ಮರಾದ ಶ್ರೀ ಕೋಲ್ಕಾರ್ ಅವರೇ ಇಂದಿನ ನಮ್ಮ ಈ ಸಂಚಿಕೆಯ ಹೀರೋ.

ಇವರ ಪೂರ್ಣ ಹೆಸರು - ಯಶವಂತ್ ದುರಗಪ್ಪ ಕೋಲ್ಕಾರ್ 12-08-1965 ರಂದು ಬೆಳಗಾವಿ ಜಿಲ್ಲೆಯ ಚಿಕ್ಕ ಹಳ್ಳಿಯಲ್ಲಿ ಅತಿ ಕಡುಬತನದ ಮನೆಯಲ್ಲಿ ಹುಟ್ಟಿದರು. ಐದನೇ ತರಗತಿಯವರೆಗೆ ಹಳ್ಳಿಯಲ್ಲಿಯೇ ವಿದ್ಯಾಭ್ಯಾಸ ಮುಗಿಸಿ, ಹಳ್ಳಿಯ ಹತ್ತಿರವಿದ್ದ ಮದನಭಾವಿಯಲ್ಲಿ ಹಾಸ್ಟೆಲಿನಲ್ಲಿ ಇದ್ದುಕೊಂಡು ಪ್ರೌಢಶಾಲೆ ವಿದ್ಯಾಭ್ಯಾಸವನ್ನು ಮುಗಿಸಿದರು. ಶಾಲಾ ದಿನಗಳಿಂದಲೂ ಇವರಿಗೆ ಅಪಾರ ದೇಶಭಕ್ತಿ. ಪಾಠಕ್ಕಿಂತ ಆಟದಲ್ಲಿ ಆಸಕ್ತಿ ಹೆಚ್ಚು. ಡಿಗ್ರಿ ಓದಿ ಕೆಲಸವೊಂದನ್ನು ಗಿಟ್ಟಿಸಿಕೊಂಡು ಜೀವನದಲ್ಲಿ ಸೆಟಲ್ ಆಗಲೆಂದು ಮನೆಯಲ್ಲಿ ಎಲ್ಲರೂ ಹಂಬಲಿಸುತ್ತಿದ್ದರೆ, ಏನಾದರೂ ಮಾಡಿ ಸೇನೆ ಸೇರಿ ದೇಶಸೇವೆ ಮಾಡಬೇಕೆಂಬುದು ಇವರ ಆಸೆಯಾಗಿತ್ತು. ಕಾಲಿಗೆ ಹಾಕಿಕೊಳ್ಳಲು ಒಂದು ಹವಾಯಿ ಚಪ್ಪಲಿ ಕೂಡ ಕೊಡಿಸಲಾರದಷ್ಟು ಬಡತನದ ಮನೆ ಇವರದ್ದು. ಬರಿಗಾಲಲ್ಲೇ ಮೈಲುಗಟ್ಟಲೆ ನಡೆಯುತ್ತಿದ್ದ ಇವರು ಮುಂದೊಂದು ದಿನ ಆರ್ಮಿ ಷೂ ಹಾಕಿಕೊಳ್ಳುವ ಕನಸು ಕಾಣುತ್ತಿದ್ದರು. ಬಡತನದ ಕಾರಣ ಹತ್ತನೇ ತರಗತಿ ಬಳಿಕ ಓದಿಗೆ ವಿದಾಯ ಹೇಳಿ, ಮಿಲಿಟರಿ ಸೇರುವ ಪ್ರಯತ್ನ ಮಾಡಲಾರಂಭಿಸಿದರು. ಮಿಲಿಟರಿ ಸೇರಲು ದೇಹದಾರ್ಢ್ಯತೆ ಬಹಳ ಮುಖ್ಯ. ಹಾಗಾಗಿ ಆದಷ್ಟೂ ದೇಹದ ಮತ್ತು ಆರೋಗ್ಯದ ಕಡೆ ಹೆಚ್ಚು ಗಮನ ಕೊಡುತ್ತಿದ್ದರು. ಕಡೆಗೂ ದೇವರ ದಯೆಯಿಂದ ಇವರು ಇಷ್ಟಪಟ್ಟಿದ್ದ ಕೆಲಸವೇ ದೊರೆಯಿತು.

ಸೈನಿಕರಾದ ಕೆಲ ವರ್ಷಗಳಲ್ಲೇ ಇವರ ಮದುವೆ ಆಯಿತು. ತನ್ನ ಸಂಸಾರವನ್ನು ಕರೆದುಕೊಂಡು ಕಾಶ್ಮೀರಕ್ಕೆ ಹೋದರು. ಹೀಗೆ ಕಾಶ್ಮೀರದಲ್ಲಿ ಇವರು ಸೇವೆ ಸಲ್ಲಿಸುತ್ತಿದ್ದ ವೇಳೆಯಲ್ಲೇ ಕಾರ್ಗಿಲ್ ಯುದ್ಧ ಘೋಷಣೆಯಾಗಿತ್ತು. ಪಾಕಿಗಳನ್ನು ನಮ್ಮ ನೆಲದಿಂದ ಓಡಿಸಲು ಕೋಲ್ಕಾರ್ ಅವರು ಕಾರ್ಗಿಲ್ ಕಡೆ ಪಯಣಿಸಿದ್ದರು. ಎರಡು ತಿಂಗಳಿಗೂ ಹೆಚ್ಚು ಕಾಲ ಹೋರಾಡಿದ ಕೋಲ್ಕಾರ್ ಅವರು ದಿಟ್ಟತನದಿಂದ ಹೋರಾಡಿ ಅದಮ್ಯ ಶೌರ್ಯ ಪರಾಕ್ರಮವನ್ನು

ಮೆರೆದಿದ್ದರು. ಇನ್ನೇನು ಭಾರತ ವಿಜಯ ಪತಾಕೆ ಹಾರಿಸುವ ಕೆಲವೇ ದಿನಗಳ ಮೊದಲು ತನ್ನ ತಾಯಿಗೆ ತನ್ನ ಪ್ರಾಣಗಳನ್ನರ್ಪಿಸಿದ್ದರು. ಪೋಷಕರು, ಸೋದರ-ಸೋದರಿಯರು ಸೇರಿದಂತೆ ಸಾವಿತ್ರಿ ಎಂಬ ಹೆಸರಿನ ಪತ್ನಿ, ಯಶೋಧ ಮತ್ತು ಸಂದೀಪ ಎಂಬ ಮಕ್ಕಳಿರುವ ಸುಖೀ ಕುಟುಂಬವನ್ನು ತೊರೆದು ಬಹಳ ದೂರ ಹೊರಟೇಬಿಟ್ಟರು. ಕಾಶ್ಮೀರದಿಂದ ಹೊರಟ ಅವರ ಪಾರ್ಥಿವ ಶರೀರ ಬೆಳಗಾವಿಗೆ ಬಂದು, ಅಲ್ಲಿಂದ ತನ್ನ ಹಳ್ಳಿಗೆ ಮೆರವಣಿಗೆಯಲ್ಲಿ ತರುವಾಗ ಪ್ರತಿ ಹಳ್ಳಿಯಲ್ಲೂ ವಿಶೇಷವಾದ ಪೂಜೆ, ಗೌರವ ಸಲ್ಲಿಸಲಾಯಿತು. ಸಕಲ ಗೌರವಗಳೊಡನೆ ಇವರ ಅಂತ್ಯಕ್ರಿಯೆಯನ್ನು ಇವರ ಹಳ್ಳಿಯಲ್ಲೇ ನಡೆಸಲಾಯಿತು.

"ನನ್ನ ಗಂಡನ ಬೆನ್ನಿಗೆ ಗುಂಡು ಬಿದ್ದಿಲ್ಲ. ಅವರ ಎದೆಗೆ ಬಿದ್ದಿದೆ. ಅಂದರೆ ಶತ್ರುವಿನ ಎದುರಿಗೆ ನಿಂತು ಎದೆ ಕೊಟ್ಟು ಹೋರಾಡಿದ್ದ ಧೀರ ಸೇನಾನಿ ನನ್ನ ಗಂಡ. ನನ್ನ ಮಗನನ್ನೂ ಕೂಡ ಮಿಲಿಟರಿ ಸೇವೆಗೆ ಕಲಿಸಬೇಕೆಂಬ ಆಸೆಯಿದೆ" ಎಂದು ಇವರ ಪತ್ನಿ ಸಾವಿತ್ರಿ ಕೋಲ್ಕಾರ್ ಇಂದಿಗೂ ಹೇಳುತ್ತಾರೆ. ಹೀಗೆ ಬೆಳಗಾವಿಯ ಹಳ್ಳಿಯೊಂದರಲ್ಲಿ ಹುಟ್ಟಿ ಬೆಳೆದ ಯಶವಂತ್ ಕೋಲ್ಕಾರ್ ದೇಶವೇ ಕೊಂಡಾಡುವ ಧೀರ ಸೇನಾನಿಯಾಗಿ ಬೆಳೆದದ್ದು ಮಾತ್ರ ವಿಶೇಷ. ಇವರ ಸೇವೆಯನ್ನು ಮೆಚ್ಚಿ ಸರ್ಕಾರ ಇವರಿಗೆ ರಕ್ಷಾ ಕವಚ ಪ್ರಶಸ್ತಿಯನ್ನು ದಯಮಾಡಿಸಿದೆ. ಅದೂ ಒಂದು ಬಾರಿ ಅಥವಾ ಎರಡು ಬಾರಿ ಅಲ್ಲ. ಬರೋಬ್ಬರಿ ನಾಲ್ಕು ಬಾರಿ ರಕ್ಷಾ ಕವಚ ಪ್ರಶಸ್ತಿ ಇವರಿಗೆ ಸಂದಿದೆ. ಅದರಲ್ಲಿ ನಾಲ್ಕನೆಯದು ಕಾರ್ಗಿಲ್ ಪರಾಕ್ರಮಕ್ಕೆ ಸಂಬಂಧಿಸಿ ಸಲ್ಲಿಸಿದ ಗೌರವ ಎಂಬುದು ಇವರ ಬಗ್ಗೆ ನಮಗಿರುವ ಗೌರವವನ್ನು ಇನ್ನಷ್ಟು ಹೆಚ್ಚು ಮಾಡುತ್ತದೆ. ಭಾರತಾಂಬೆಯ ಸೇವೆ ಮಾಡಲು ಈ ರೀತಿ ತಮ್ಮ ಪ್ರಾಣವನ್ನೇ ಅರ್ಪಿಸಿದ ಎಲ್ಲಾ ಧೀರ ಸೈನಿಕರಿಗೂ ನನ್ನ ಮತ್ತು ಕನ್ನಡಪ್ರಭ ಪತ್ರಿಕೆಯಿಂದ ಶತಕೋಟಿ ನಮನಗಳು. ಜೈಹಿಂದ್.

5

ಕರ್ನಾಟಕದ ವೀರಯೋಧ ಈರಣ್ಣಾ ಉದೋಶಿ.

ಬೆಳಗಾವಿ ಜಿಲ್ಲೆ, ಹುಕ್ಕೇರಿ ತಾಲೂಕಿನ ಹಿಡ್ಕಲ್ ಬಳಿ ಘಟಪ್ರಭಾ ನದಿಗೆ ಅಡ್ಡಲಾಗಿ ಕಟ್ಟಿರುವ ಹಿಡ್ಕಲ್ ಡ್ಯಾಮ್ ಬಗ್ಗೆ ಯಾರಿಗೆ ತಾನೇ ಗೊತ್ತಿಲ್ಲ? ನಯನ ಮನೋಹರವಾದ ಈ ಅಣೆಕಟ್ಟಿನ ಸನಿಹದಲ್ಲೇ ಇರುವ ಹಳ್ಳಿ ಪಾಶ್ಚಾಪೂರ. ಪಾಶ್ಚಾಪುರದ ಗಂಗಾಧರ ಮತ್ತು ಗಂಗವ್ವರ ಹಿರಿಯ ಮಗನಾಗಿ ಕಡುಬಡತನದ ಮನೆಯಲ್ಲಿ ಹುಟ್ಟಿದ ಈರಣ್ಣ ಗಂಗಾಧರ್ ಉದೋಶಿ ಪಿಯುಸಿ ವರೆಗಿನ ತನ್ನ ವಿದ್ಯಾಭ್ಯಾಸವನ್ನು ಊರಿನಲ್ಲೇ ಮುಗಿಸಿದರು. ರಾಷ್ಟ್ರೀಯ ಸ್ವಯಂಸೇವಕ ಸಂಘ (ಆರ್.ಎಸ್.ಎಸ್) ಜೊತೆ ಬಾಂಧವ್ಯವನ್ನು ಬೆಳೆಸಿಕೊಂಡಷ್ಟೂ ಇವರಿಗೆ ಭಾರತೀಯ ಸೇನೆ ಸೇರುವ ಹಂಬಲ ಹೆಚ್ಚುತ್ತಾ ಹೋಯಿತು. ಪಿಯುಸಿ ಮುಗಿಸಿ ಮುಂದೆ ಡಿಗ್ರಿ ಓದಬೇಕೋ ಅಥವಾ ಕೆಲಸಕ್ಕೆ ಸೇರಿ ಮನೆಗೆ ಆರ್ಥಿಕ ಸಹಾಯ ಒದಗಿಸಬೇಕೋ ಎಂಬ ದ್ವಂದ್ವದಲ್ಲಿ ಕಡೆಗೂ ಗೆದ್ದದ್ದು ಹಿರಿಮಗನಾಗಿ ಮನೆಯನ್ನು ನಿಭಾಯಿಸಬೇಕೆಂಬ ಜವಾಬ್ದಾರಿಯೇ. ಆರ್.ಎಸ್.ಎಸ್. ನಲ್ಲಿದ್ದಾಗ ಅನೇಕ ಸ್ವಾತಂತ್ರ್ಯ ಹೋರಾಟಗಾರರ ಪರಿಚಯವಾಗಿತ್ತು. ಅವರ ಸಹಾಯದಿಂದ ಸೇನೆಗೆ ಸೇರುವ ಅರ್ಜಿಯನ್ನು ಭರ್ತಿ ಮಾಡಿ ಕಳಿಸೇಬಿಟ್ಟರು. ಇಂತಹ ಮಗನ ಸೇವೆಯನ್ನು ಭಾರತಮಾತೆ ತಪ್ಪಿಸಿಕೊಂಡಾಳೆ? ಖಂಡಿತಾ ಇಲ್ಲ. ಈ ಮಗನಿಂದ ಸೇವೆ ಮಾಡಿಸಿಕೊಳ್ಳುವ ಹಂಬಲ ಬಹುಶಃ ಆಕೆಗೂ ಇತ್ತೇನೋ? ಭಾರತೀಯ

ಸೇನೆಯಿಂದ "ನಿಮ್ಮನ್ನು ಭಾರತೀಯ ಸೇನೆಗೆ ಸೇರಿಸಿಕೊಳ್ಳಲಾಗಿದೆ" ಎಂಬ ಪತ್ರವನ್ನು ಬರೆಸಿ, ಇವರನ್ನು ತನ್ನ ಸೇವೆಗೆ ಕರೆಸಿಕೊಂಡೇ ಬಿಟ್ಟಳು.

1996 ರ ಅಕ್ಟೋಬರ್ ನಲ್ಲಿ ಮದ್ರಾಸ್ ರೆಜಿಮೆಂಟ್ ಸೆಂಟರ್ (ಎಂ.ಆರ್.ಸಿ) ನ ಸೈನಿಕನಾಗಿ ತರಬೇತಿ ಕೂಡ ಆರಂಭವಾಯಿತು. ಎಲ್ಲಾ ರೀತಿಯ ತರಬೇತಿಯನ್ನೂ ಅತ್ಯುತ್ತಮ ಗ್ರೇಡ್ ನೊಡನೆ ಮುಗಿಸಿದ ಬಳಿಕ, 1997ರ ನವೆಂಬರ್ ಗೆ 18 ಮದ್ರಾಸ್ ಮೈಸೂರ್ ಇಂಫೆನ್ಟ್ರಿ ಬೆಟಾಲಿಯನ್ ನಲ್ಲಿ ಸೇವೆ ಸಲ್ಲಿಸಲು ಗುಜರಾತಿನ ಜಾಮ್ ನಗರ್ ಗೆ ಇವರನ್ನು ನಿಯೋಜಿಸಲಾಯಿತು. ಹೊಸದಾಗಿ ಸೇನೆ ಸೇರಿ ಎರಡು ವರ್ಷವೂ ಆಗಿರಲಿಲ್ಲ. ಅಷ್ಟರಲ್ಲೇ ಶುರುವಾಗಿತ್ತು ಕಾರ್ಗಿಲ್ ಕದನ.

ಕಾರ್ಗಿಲ್ ಕದನದಲ್ಲಿ

ನಮಗೆಲ್ಲಾ ತಿಳಿದಿರುವಂತೆ 1999 ಮೇ 26 ರಂದು ಎಲ್ಲಾ ರೀತಿಯ ರಕ್ಷಣಾ ಪಡೆಗಳಿಗೂ ರೆಡ್ ಅಲರ್ಟ್ ಸಂದೇಶ ಕಳಿಸಲಾಯಿತು. ಕಾರ್ಗಿಲ್ ಕದನ ಶುರುವಾಗಿದೆಯೆಂದೂ, ಸಂಬಂಧಪಟ್ಟ ಎಲ್ಲಾ ರಕ್ಷಣಾ ಪಡೆಗಳೂ ತಕ್ಕ ರೀತಿಯಲ್ಲಿ ಸನ್ನದ್ಧವಾಗಿರಬೇಕೆಂದೂ ಘೋಷಿಸಲಾಯಿತು. ಗುಜರಾತಿನ ಜಾಮ್ ನಗರದಲ್ಲಿದ್ದ ಇವರ ತಂಡವನ್ನು ಕಾರ್ಗಿಲ್ ಯುದ್ಧದ ಪೂರ್ವತಯಾರಿಗೆ ಸಹಾಯ ಮಾಡಲೆಂದು ರಾಜಸ್ಥಾನದ ಬಾರ್ಮೇರ್ ಜಿಲ್ಲೆಗೆ ಕಳಿಸಲಾಯಿತು. ಜೂನ್ 2000 ದ ವರೆಗೆ ರಾಜಸ್ಥಾನದಲ್ಲಿ ಸೇವೆ ಸಲ್ಲಿಸಿದ ಬಳಿಕ ಜಮ್ಮು ಕಾಶ್ಮೀರದ ಕುಪ್ವರ ಸೆಕ್ಟರ್ ನ ತಾಂಗ್ಧಾರ್ ನಲ್ಲಿ ಸೇವೆ ಸಲ್ಲಿಸಲು ಇವರನ್ನು ನಿಯೋಜಿಸಲಾಯಿತು. ಒಂದು ವರ್ಷಕ್ಕೂ ಹೆಚ್ಚು ಕಾಲ ಅಲ್ಲಿ ಸೇವೆ ಸಲ್ಲಿಸಿದ ಬಳಿಕ ಸುಮಾರು 2 ವರ್ಷಗಳ ಕಾಲ ಇಪ್ಪತ್ತೈದನೇ ರಾಷ್ಟ್ರೀಯ ರೈಫಲ್ (ಮದ್ರಾಸ್) ತಂಡದಲ್ಲಿ ಸೇವೆ ಸಲ್ಲಿಸಿದರು. ಈ ಅವಧಿಯಲ್ಲಿ ನಡೆದ "ಆಪರೇಷನ್ ಸರ್ಪವಿನಾಶ್" ನಲ್ಲಿ ಭಾಗವಹಿಸಿದ್ದಲ್ಲದೆ, ಆಪರೇಷನ್ ಅನ್ನು ಸುಸೂತ್ರವಾಗಿ ಮುಗಿಸಿದ ಬಳಿಕ, ದೇಶಾದ್ಯಂತ ಇವರಿಗೆ ಹತ್ತಾರು ಪ್ರಶಂಸೆಗಳು, ಪ್ರಶಸ್ತಿಗಳು ಹರಿದು ಬಂದವು. ನಂತರ ಮಧ್ಯಪ್ರದೇಶದ ಇನ್ ಫ್ಯಾಂಟ್ರಿ ಸ್ಕೂಲ್ ಮಹು ಯಲ್ಲಿ ಕೂಡ ಸೇವೆ ಸಲ್ಲಿಸಿದರು. ಅದಾದ ಬಳಿಕ ಮತ್ತೆ ಕಾಶ್ಮೀರದ ಕಡೆ ಪಯಣಿಸಿ, ಕಾರ್ಗಿಲ್ ಸಮೀಪದ ಅತಿ ಸೂಕ್ಷ್ಮ ಪ್ರದೇಶವಾದ ಬಟಾಲಿಕ್ ಸೆಕ್ಟರ್ ನಲ್ಲಿ 2006 ಜುಲೈ ನಿಂದ 2008 ಸೆಪ್ಟೆಂಬರ್ ವರೆಗೆ ಸೇವೆ ಸಲ್ಲಿಸಿದರು. ಅದಾದ ಬಳಿಕ ಸುಮಾರು ಎರಡು ವರ್ಷಗಳ ಕಾಲ ಪಂಜಾಬ್ ನಲ್ಲಿ ಸೇವೆ ಸಲ್ಲಿಸಿದ ಬಳಿಕ ಇವರ ಸಾಮರ್ಥ್ಯವನ್ನು ಮನಗಂಡು ಅಂತರಾಷ್ಟ್ರೀಯ ಶಾಂತಿಯ ಸೇನೆ ಕಾಂಗೋಗೆ ನಿಯೋಜಿಸಲಾಯಿತು. ಇದಾದ ನಂತರ ಎರಡು ವರ್ಷಗಳ ಕಾಲ

ಸಿಕಂದರಾಬಾದ್ ನಲ್ಲಿ ಸೇವೆ ಸಲ್ಲಿಸಿ 2013 ಫೆಬ್ರವರಿಯಲ್ಲಿ ನಿವೃತ್ತರಾದರು. ಹೀಗೆ ದೇಶದ ಉದ್ದಗಲಕ್ಕೂ ಸಂಚರಿಸಿ, ದೇಶದ ಮೂಲೆ ಮೂಲೆಯಲ್ಲೂ ಭಾರತ ಮಾತೆಗೆ ರಕ್ಷಣೆ ನೀಡಿದ್ದಾರೆ. ಪಾಶ್ಚಾಪೂರ ಗ್ರಾಮದಲ್ಲಿ ಇವರದೇಯಾಗಿರುವ ಜೈಜವಾನ್ ಕೋಚಿಂಗ್ ಸೆಂಟರ್ ಎನ್ನುವ ಸಂಸ್ಥೆಯ ಮೂಲಕ ಸೇನೆಗೆ ಸೇರಬಯಸುವ ಯುವಕರಿಗೆ ಅಗತ್ಯ ಟ್ರೈನಿಂಗ್ ನೀಡುವ ಕಾರ್ಯವನ್ನು ಕೂಡ ಮಾಡುತ್ತಿದ್ದಾರೆ.

ಬಿಟ್ಟೆನೆಂದರೂ ಬಿಡದೀ ಮಾಯೆ

ದೇಶಭಕ್ತಿ ಎಂಬ ಭಾವನೆಯೇ ಹಾಗೆ. ಬಿಟ್ಟೆನೆಂದರೂ ಬಿಡದೀ ಮಾಯೆ ಎಂಬಂತೆ, ನಿವೃತ್ತಿಯ ಬಳಿಕ ಮನೆಯಲ್ಲಿ ಸುಮ್ಮನೆ ಕೂರುವ ಜಾಯಮಾನ ಇವರದ್ದಲ್ಲ. ಯಾವುದಾದರೂ ಒಂದು ರೀತಿ ದೇಶಸೇವೆಯನ್ನು ಮುಂದುವರಿಸಲೇಬೇಕೆಂಬ ಹಂಬಲ ಇವರಿಗೆ. ಹಾಗಾಗಿ ಆರ್ಮಿಯಿಂದ ನಿವೃತ್ತರಾದ ಬಳಿಕ ಬೆಂಗಳೂರು ಸಿಟಿ ಪೊಲೀಸ್ ಆಗಿ ಇಂದಿಗೂ ಮಲ್ಲೇಶ್ವರಂ ಪೊಲೀಸ್ ಠಾಣೆಯಲ್ಲಿ ಸೇವೆ ಸಲ್ಲಿಸುತ್ತಿದ್ದಾರೆ. ತಮ್ಮ ಪತ್ನಿ- ಇಬ್ಬರು ಮುದ್ದಾದ ಹೆಣ್ಣುಮಕ್ಕಳ ಜೊತೆ ಬೆಂಗಳೂರಿನಲ್ಲಿ ಸುಖೀ ಸಂಸಾರ ನಡೆಸುತ್ತಿದ್ದಾರೆ.

ಹೆಚ್ಚು ಹೆಚ್ಚು ಯುವಕರು ಭಾರತೀಯ ಸೇನೆಯತ್ತ ಆಕರ್ಷಿತರಾಗಬೇಕು; ಭಾರತೀಯ ಸೇನೆ ಸೇರುವತ್ತ ಒಲವು ತೋರಬೇಕು ಎಂಬುದು ಇವರ ಬಯಕೆ. ಹಾಗಾಗಿ ಅನೇಕ ಸಮಾನ ಮನಸ್ಕ ತಂಡಗಳ ಮೂಲಕ ಸೇನೆಗೆ ಸೇರುವಂತೆ ಯುವಕರನ್ನು, ವಿದ್ಯಾರ್ಥಿಗಳನ್ನು ಪ್ರೇರೇಪಿಸುವ ಕೆಲಸವನ್ನು ನಿರಂತರವಾಗಿ ಇಂದಿಗೂ ಮಾಡುತ್ತಲೇ ಇದ್ದಾರೆ. ನಿವೃತ್ತ ಯೋಧರಿಗೆ ಸನ್ಮಾನ ಮಾಡುವ, ಯೋಧರ ಕಷ್ಟ-ಸುಖಗಳಲ್ಲಿ ಭಾಗಿಯಾಗುವ ಅನೇಕ ರೀತಿಯ ಸಾಮಾಜಿಕ ಕಾರ್ಯಗಳನ್ನೂ ಕೂಡ ನಿರಂತರವಾಗಿ ಮಾಡುತ್ತಿದ್ದಾರೆ. ಇವರು ಸಲ್ಲಿಸಿರುವ ಸೇವೆಯನ್ನು ಗುರ್ತಿಸಿ ಹತ್ತಾರು ಪ್ರಶಸ್ತಿಗಳು ಇವರನ್ನು ಅರಸಿಕೊಂಡು ಬಂದಿವೆ. ಹತ್ತಾರು ಸಂಘಸಂಸ್ಥೆಗಳು ಇವರನ್ನು ಸನ್ಮಾನಿಸಿವೆ. ಅನೇಕ ಟೀವಿ ಚಾನಲ್ಲುಗಳಲ್ಲಿ ಇವರ ಸಂದರ್ಶನಗಳು ಪ್ರಸಾರವಾಗಿವೆ. ಇವರ ಸಾಮಾಜಿಕ ಕಳಕಳಿ ಎಷ್ಟಿದೆಯೆಂದರೆ ಇವರ ಜೀವಿತಾವಧಿಯಲ್ಲಿ ಒಂದಲ್ಲ, ಎರಡಲ್ಲ, ಬರೋಬ್ಬರಿ ನಲ್ವತ್ತೊಂದು ಸಾರಿ ರಕ್ತದಾನ ಮಾಡಿದ್ದಾರೆ. ಅಷ್ಟೇ ಅಲ್ಲದೆ, ತಮ್ಮ ಮರಣಾನಂತರ ತಮ್ಮ ಕಣ್ಣುಗಳು ಬೇರೆಯವರಿಗೆ ಬೆಳಕಾಗಲಿ ಎಂಬ ಸದುದ್ದೇಶದಿಂದ ನೇತ್ರದಾನಕ್ಕೆ ಸಹಿ ಹಾಕಿದ್ದಾರೆ. ಪ್ರತಿ ಪುರುಷನ ಯಶಸ್ಸಿನ ಹಿಂದೆ ಮಹಿಳೆಯೊಬ್ಬಳು ಇರಲೇಬೇಕಲ್ಲ? ಇವರ ಯಶಸ್ಸಿನ ಹಿಂದೆ ಇವರ ತಾಯಿ ಹಾಗು ಮಡದಿಯ ಸಹಕಾರವೂ ದೊಡ್ಡ ಮಟ್ಟಿನಲ್ಲಿದೆ. ಕೊರೋನಾ ಲಾಕ್ ಡೌನ್

ಸಂದರ್ಭದಲ್ಲಿ ಸ್ವತಃ ಇವರ ಪತ್ನಿ ಹಾಗು ತಾಯಿ ನೂರಾರು ಮಾಸ್ಕುಗಳನ್ನು ತಯಾರಿಸಿ ಬಡವರಿಗೆ ಹಂಚಿದ್ದಾರೆ.

ಕುಪ್ವಾರ ಸೆಕ್ಟರ್ ನ ತಾಂಗ್ಧಾರ್ ಬ್ರಿಗೇಡ್ ನಲ್ಲಿ 3 ಕಡೆಗೆ ಪಾಕಿಸ್ತಾನದ ರಕ್ಷಣಾ ಪಡೆ ಇದೆ. ಕೇವಲ ಒಂದು ಕಡೆಯಿಂದ (ಸಾಧನ ಟಾಪ್) ಕಡೆಯಿಂದ ಮಾತ್ರ ಭಾರತೀಯ ಸೇನೆ ಒಳನುಗ್ಗಬೇಕು. ಇಂತಹ ಸಂದಿಗ್ಧ ಪರಿಸ್ಥಿತಿ ಅಲ್ಲಿತ್ತು. ಅದಕ್ಕಾಗಿ ಈ ತಾಂಗ್ಧಾರ್ ಬ್ರಿಗೇಡನ್ನು ಚಟ್ನಿ ಬ್ರಿಗೇಡ್ ಎಂದು ಕರೆಯುತ್ತಾರೆ. ಒಂದುವೇಳೆ ಸಾಧನಾ ಟಾಪನ್ನು ಪಾಕಿಸ್ತಾನವೇನಾದರೂ ಆಕ್ರಮಿಸಿದರೆ ತಂಗ್ಧಾರ್ ನಲ್ಲಿರುವ 5 ಸಾವಿರ ಜನ ಸೈನಿಕರು ಮತ್ತೆ ಭಾರತಕ್ಕೆ ಬರುವುದು ಕಷ್ಟ. ಅಂತಹ ಸೂಕ್ಷ್ಮ ಪ್ರದೇಶದಲ್ಲಿ ಸೇವೆಸಲ್ಲಿಸಿದ ಕೀರ್ತಿ ಇವರದು

ಆಪರೇಷನ್ ಸರ್ಪವಿನಾಶ್:

2003 ಏಪ್ರಿಲ್-ಮೇ ತಿಂಗಳ ಅವಧಿಯಲ್ಲಿ ಜಮ್ಮು-ಕಾಶ್ಮೀರದ ಪೂಂಚ್ ಬಳಿಯ ಪಿರ್ ಪಂಜಾಲ್ ಬಳಿ ಪಾಕಿಸ್ತಾನ ಪ್ರಚೋದಿತ ನೂರಾರು ಉಗ್ರಗಾಮಿಗಳು ಅಡಗಿದ್ದಾರೆಂಬ ಖಚಿತ ಸುಳಿವಿನ ಮೇರೆಗೆ ಆಪರೇಷನ್ ಸರ್ಪವಿನಾಶ್ ಗೆ ಕರೆನೀಡಲಾಯಿತು. ಆಪರೇಷನ್ ನ ಒಂದು ಭಾಗವಾಗಿ ಈರಣ್ಣ ಉದ್ದೋಶಿಯವರು ಕೂಡ ಭಾಗವಹಿಸಿದ್ದರು. ಆಪರೇಷನ್ ಗೆ ಕರೆಬಂದಾಗ ಇಷ್ಟು ರೀತಿಯ ಪ್ರಮಾಣದ ಉಗ್ರರು ಇದ್ದಾರೆಂಬ ಊಹೆಯೂ ಇರಲಿಲ್ಲ. ಸುಮಾರು ಒಂದುವಾರದ ಆಪರೇಷನ್ ಎಂದು ಇವರೆಲ್ಲ ಸಿದ್ಧರಾದರು. ಒಂದು ವಾರಕ್ಕೆ ಸಾಕಾಗುವಷ್ಟು ಆಹಾರಪದಾರ್ಥಗಳು-ಶಸ್ತ್ರಾಸ್ತ್ರಗಳ ಸಮೇತ ಭಾರತೀಯ ಯೋಧರು ಪಿರ್ ಪಂಜಾಲ್ ಕಡೆಗೆ ಹೊರಟರು. ಎಷ್ಟು ಹುಡುಕಿದರೂ ಉಗ್ರಗಾಮಿಗಳ ಯಾವುದೇ ರೀತಿಯ ಸುಳಿವೂ ಅಲ್ಲಿ ದೊರೆಯಲಿಲ್ಲ. ಶ್ವಾನದಳದ ಸಹಾಯದಿಂದ ಇನ್ನಷ್ಟು ಸೂಕ್ಷ್ಮವಾಗಿ ಶೋಧ ಮಾಡಲು ತೊಡಗಿದಾಗ ಬಯಲಾಗಿತ್ತು ಸ್ಫೋಟಕ ಸತ್ಯ. ಬಹುಶಃ ಐದೋ ಅಥವಾ ಹತ್ತೋ ಉಗ್ರಗಾಮಿಗಳು ಇರಬಹುದು ಎಂದು ಇವರೆಲ್ಲ ಅಂದಾಜಿಸಿದ್ದರು. ಆದರೆ ಶ್ವಾನದಳದ ಸಹಾಯದಿಂದ ಪಿರ್ ಪಂಜಾಲ್ ಅನ್ನು ಶೋಧಿಸಿದಾಗ ನೂರಕ್ಕೂ ಹೆಚ್ಚು ಉಗ್ರರು ಅಲ್ಲಿರಬಹುದಾದ ಮಾಹಿತಿ ದೊರೆತಿತ್ತು. 2000 ಲೀಟರ್ ಟ್ಯಾಂಕ್ ನಷ್ಟು ಉಪ್ಪಿನಕಾಯಿಗಳು, 1000 ಕ್ಕೂ ಹೆಚ್ಚು ಹಾಸಿಗೆ,ಹೊದಿಕೆ,ಬ್ಲಾಂಕೆಟ್ ಗಳು ಆಹಾರ ಪದಾರ್ಥಗಳು ಕಂಡುಬಂದಿತ್ತು. ಅತ್ಯಾಧುನಿಕ ಸಿಲಿಂಡರುಗಳು, ಅಪಾರ ಪ್ರಮಾಣದ ಶಸ್ತ್ರಾಸ್ತ್ರಗಳಷ್ಟೇ ಅಲ್ಲದೆ, ಕಬಡ್ಡಿ ಮೈದಾನ, ವಾಲಿಬಾಲ್ ಮೈದಾನ, ಫುಟಬಾಲ್ ಮೈದಾನ ಸೇರಿದಂತೆ ಅನೇಕ ಲಕ್ಸುರಿ ವಸ್ತುಗಳು, ಸಂಪರ್ಕ ಸಾಧನಗಳು ಪತ್ತೆಯಾಗಿತ್ತು. ಬರಿಯ

ಕಣ್ಣಿನಲ್ಲಿ ನೋಡಿದಾಗ ಇವು ಬಂಕರ್ (ಡೋಕ್) ಎಂದು ಕಂಡುಹಿಡಿಯಲು ಸಾಧ್ಯವೇ ಇಲ್ಲವೆಂಬಂತೆ ನಿರ್ಮಿಸಲಾಗಿದ್ದ ಬೆಟ್ಟಗಳನ್ನೇ ಹೋಲುವಂತಹ ಉಗ್ರಗಾಮಿಗಳ ಬಂಕರ್ ಗಳು ಪತ್ತೆಯಾದವು. ಅಲ್ಲಿನ ಮರಗಳನ್ನು ಕೊರೆದು, ಅವುಗಳಲ್ಲಿ ಆಧುನಿಕ ಶಸ್ತ್ರಾಸ್ತ್ರಗಳನ್ನು ಬಚ್ಚಿಟ್ಟು, ಕೊರೆದಿದ್ದ ಮರದ ಭಾಗವನ್ನೇ ಗುರುತು ಸಿಗದಂತೆ ಮುಚ್ಚಿಡಲಾಗಿತ್ತು. ಇವುಗಳನ್ನೆಲ್ಲ ಕೂಲಂಕುಷವಾಗಿ ಪರೀಕ್ಷಿಸಿದ ಬಳಿಕ ನೂರಾರು ಉಗ್ರರು ಇಲ್ಲಿದ್ದಾರೆಂಬ ಸುದ್ದಿ ತಿಳಿದು, ಆಪರೇಷನ್ ಸರ್ಪವಿನಾಶ್ ಅನ್ನು ಆರಂಭಿಸಲಾಯಿತು. ಒಂದು ವಾರ ನಡೆಯಬಹುದೆಂದು ಅಂದಾಜಿಸಲಾಗಿದ್ದ ಆಪರೇಷನ್ 24 ದಿನಗಳವರೆಗೆ ನಿರಂತರವಾಗಿ ನಡೆಯಿತು. ಜಮ್ಮು ಕಾಶ್ಮೀರ ಪ್ರದೇಶದಲ್ಲಿ ನಡೆದ ಉಗ್ರಗಾಮಿ ನಿರೋಧ ಆಪರೇಷನ್ ಗಳ ಪೈಕಿ ಇಂದಿಗೂ ಅತಿ ಹೆಚ್ಚು ಉಗ್ರರನ್ನು ಸದೆಬಡಿದ ದಾಖಲೆ ಸರ್ಪವಿನಾಶ್ ಹೆಸರಿನಲ್ಲೇ ಇದೆ. ಈ ಆಪರೇಷನ್ ಮುಗಿಯುವ ವೇಳೆಗೆ ನಿತ್ಯವೂ ಮಳೆ ಬಿದ್ದು ಅನೇಕ ಸೈನಿಕರ ಅಂಗಾಲಿನ ಚರ್ಮ ಹರಿದಿತ್ತು ಮತ್ತು ಅನೇಕ ಸೈನಿಕರು ಅನಾರೋಗ್ಯದಿಂದ ಬಳಲಬೇಕಾಯಿತು. ನೂರಾರು ಉಗ್ರಗಾಮಿಗಳ ಹೆಡೆಮುರಿ ಕಟ್ಟಿದ ಭಾರತೀಯ ಸೇನೆಯ ಒಬ್ಬನೇ ಒಬ್ಬ ಯೋಧನ ಮೈಮೇಲೆ ಒಂದು ಚಿಕ್ಕ ಗಾಯವೂ ಆಗದೆ ಕ್ಷೇಮವಾಗಿ ಹಿಂದಿರುಗಿ ಬಂದರು ಎಂದರೆ ಈ ಆಪರೇಷನ್ ಎಷ್ಟು ಕ್ರಮಬದ್ಧವಾಗಿ ನಡೆಸಲಾಯಿತು ಎಂದು ಅರ್ಥವಾಗುತ್ತದೆ. ಇಂತಹ ಅದ್ಭುತ ಆಪರೇಷನ್ ನಲ್ಲಿ ಯಶಸ್ವಿಯಾಗಿ ಭಾಗಿಯಾಗಿದ್ದ ಕರ್ನಾಟಕ ಧೀರಯೋಧ ಈರಣ್ಣ ಉದೋಶಿಯವರಿಗೆ ಒಂದು ಹೆಮ್ಮೆಯ ಸೆಲ್ಯೂಟ್.

6

ಭಾರತ ಭೂಷಣ ಟೈಗರ್ ಜಯರಾಮಣ್ಣ

ಯೋಧರಿಗೊಂದು ನಮನ ಸಂಚಿಕೆಯ ಇಂದಿನ ಹೀರೋ ಜಯರಾಮ್ ಕೃಷ್ಣಪ್ಪ. ಯೋಧರಿಗೆ ಸಹಾಯ ಮಾಡುವ, ಯೋಧರ ಸಾಹಸದ ಬಗ್ಗೆ ತಿಳಿಹೇಳುವ ನೂರಾರು ಸಾಮಾಜಿಕ ಕಾರ್ಯಕ್ರಮಗಳ ಮೂಲಕ ಸಾವಿರಾರು ಅಭಿಮಾನಿಗಳನ್ನು ಸಂಪಾದಿಸಿರುವ ಇವರು ಟೈಗರ್ ಜಯರಾಮಣ್ಣ ಎಂದೇ ಪ್ರಸಿದ್ಧಿ. 1990 ರ ಆಸುಪಾಸು. ಸಾಮಾನ್ಯವಾಗಿ ಕೊಡಗಿನವರೇ ಹೆಚ್ಚಾಗಿ ಸೈನ್ಯ ಸೇರುತ್ತಿದ್ದ ಕಾಲ. ಬಯಲುಸೀಮೆಯ ಪ್ರಾಂತ್ಯದ ಎಷ್ಟೋ ಮಂದಿಗೆ ಮಿಲಿಟರಿ ಸೇರುವ ಆಲೋಚನೆಯೂ ಇರಲಾರದು. ಇಂತಹ ಪರಿಸ್ಥಿತಿಯಲ್ಲಿ 1993 ರಲ್ಲಿ ಸುತ್ತಮುತ್ತ ಹಳ್ಳಿಗಳ ಪೈಕಿ ಸೈನ್ಯ ಸೇರಿದ ಮೊದಲ ಸೈನಿಕನೆಂಬ ಹೆಗ್ಗಳಿಕೆ ಇವರದ್ದು.

ಬೆಂಗಳೂರು ಗ್ರಾಮಾಂತರ ಜಿಲ್ಲೆಯ ದೊಡ್ಡಕುರುಬರಹಳ್ಳಿಯಲ್ಲಿ ಕೃಷ್ಣಪ್ಪ ಮತ್ತು ಚಿನ್ನಮ್ಮ ಎಂಬ ಬಡ ಕೂಲಿಕಾರ ದಂಪತಿಗಳ 4 ಜನ ಗಂಡುಮಕ್ಕಳು ಇಬ್ಬರು ಹೆಣ್ಣು ಮಕ್ಕಳ ಪೈಕಿ ಹಿರಿಯ ಮಗನಾಗಿ 04/04/1973 ರಲ್ಲಿ ಜನಿಸಿದ ಜಯರಾಮಣ್ಣ ತನ್ನ ಹಳ್ಳಿಯಲ್ಲಿ ಪ್ರಾಥಮಿಕ ಶಿಕ್ಷಣವನ್ನು ಮುಗಿಸಿ, ಹೊಸಕೋಟೆ ತಾಲೂಕಿನ ಬೆಂಡಿಗಾನಹಳ್ಳಿಯಲ್ಲಿ ಮಾಧ್ಯಮಿಕ ಹಾಗು ನಂತರ ಸೂಲಿಬೆಲೆಯ ಸ್ವಾಮಿ ವಿವೇಕಾನಂದ ಪ್ರೌಢ ಶಾಲೆಯಲ್ಲಿ ಪ್ರೌಢ ಶಿಕ್ಷಣ ಮುಗಿಸಿದರು. ನಂತರ 1992 ರಲ್ಲಿ ಚಿಕ್ಕಬಳ್ಳಾಪುರದ ಸರ್ಕಾರೀ ಕಾಲೇಜಿನಲ್ಲಿ ಪಿಯು ವಿದ್ಯಾಭ್ಯಾಸ ಮುಗಿಸಿದ ತಕ್ಷಣವೇ ಗಡಿ ಭದ್ರತಾ ಪಡೆಯ ಯೋಧನಾಗಿ ಟ್ರೈನಿಂಗಿಗೆಂದು

ಮಧ್ಯಪ್ರದೇಶದ ಇಂದೋರ್ ಕಡೆಗೆ ಪಯಣಿಸಿದ್ದರು.

ಇವರು ಸೈನ್ಯಕ್ಕೆ ಸೇರಿದ್ದರ ಹಿಂದೆಯೂ ಒಂದು ಇಂಟೆರೆಸ್ಟಿಂಗ್ ಸ್ಟೋರಿ ಇದೆ. ಚಿಕ್ಕಂದಿನಿಂದಲೂ ಇವರಿಗೆ ಸೈನಿಕನಾಗುವ ಆಸೆ. ಬಹುಶಃ ಮೂರೋ ಅಥವಾ ನಾಲ್ಕನೆಯ ತರಗತಿಯಲ್ಲಿದ್ದಾಗಲೋ ಒಮ್ಮೆ ಶಾಲೆಗೆ ತಪಾಸಣೆಗೆ ಬಂದ ಶಾಲಾ ಇನ್ಸ್ಪೆಕ್ಟರ್ ಒಬ್ಬರು ವಿದ್ಯಾರ್ಥಿಗಳನ್ನು ಕುರಿತು "ನೀವು ದೊಡ್ಡವರಾದ ಮೇಲೆ ಏನಾಗಬೇಕು?" ಎಂದು ಕೇಳಿದರಂತೆ. ಡಾಕ್ಟರ್, ಇಂಜಿನಿಯರ್ ಹೀಗೆ ಒಬ್ಬಬ್ಬರು ಒಂದೊಂದು ಉತ್ತರ ಕೊಡುತ್ತಿದ್ದರೆ, "ನಾನು ಸೈನ್ಯಕ್ಕೆ ಸೇರಬೇಕು" ಎಂದು ಈ ಹುಡುಗ ಹೇಳಿದ್ದನಂತೆ. ನನ್ನ ಸರ್ವಿಸ್ ನಲ್ಲಿಯೇ ಸೈನ್ಯ ಸೇರಿ ಸೈನಿಕನಾಗಬೇಕು ಎಂದು ಹೇಳಿದ ಮೊದಲ ವಿದ್ಯಾರ್ಥಿ ನೀನೇ ಕಣಪ್ಪಾ ಎಂದು ಶಾಲಾ ಇನ್ಸ್ಪೆಕ್ಟರ್ ಅವರೇ ಖುಷಿಪಟ್ಟಿದ್ದರಂತೆ. ಇನ್ನು ಸೂಲಿಬೆಲೆಯ ಪ್ರೌಢಶಾಲೆಯಲ್ಲಿ ಓದುತ್ತಿದ್ದಾಗ ಸೂಲಿಬೆಲೆ ಚಕ್ರವರ್ತಿಯವರ ತಂದೆ ಇವರ ಮೇಷ್ಟ್ರಾಗಿದ್ದರಂತೆ. ಪಾಠದ ಜೊತೆಜೊತೆಗೆ ಪ್ರತಿದಿನ ಒಂದಲ್ಲಾ ಒಂದು ದೇಶಭಕ್ತಿಯ, ಸೈನಿಕರ ವೀರಗಾಥೆಯ ಕತೆಗಳನ್ನು ಹೇಳುತ್ತಿದ್ದರಂತೆ. ಮೊದಲೇ ಸೈನಿಕನಾಗಬೇಕೆಂಬ ಹಂಬಲವಿದ್ದ ಹುಡುಗ, ಜೊತೆಗೆ ಇಂತಹ ಮೇಷ್ಟ್ರ ಶಿಷ್ಯನಾದ ಮೇಲೆ ಕೇಳಬೇಕೆ? ಸೈನಿಕನಾಗಿ ದೇಶಸೇವೆ ಮಾಡಬೇಕೆಂಬ ಆಸೆ ಇನ್ನಷ್ಟು ಮತ್ತಷ್ಟು ಹೆಚ್ಚುತ್ತಲೇ ಹೋಯಿತು. ಪಿಯುಸಿ ಓದುತ್ತಿದ್ದಾಗ ಕೂಡ ಮಿಲಿಟರಿ ಸೆಲೆಕ್ಷನ್ ಬಗ್ಗೆ ಅನೇಕ ವಿವರಗಳನ್ನು ಕಲೆಹಾಕಿ ಮಿಲಿಟರಿ ಸೇರುವ ಪ್ರಯತ್ನ ಮಾಡುತ್ತಲೇ ಇದ್ದರಂತೆ. ಕಡೆಗೂ ತಾನಂದುಕೊಂಡಂತೆಯೇ ಪಿಯುಸಿ ಮುಗಿದ ತಕ್ಷಣವೇ ಅತೀ ಚಿಕ್ಕ ವಯಸ್ಸಿನಲ್ಲಿಯೇ ಒಬ್ಬ ಸೈನಿಕನಾಗಿ ಬದಲಾಗಿದ್ದರು.

ಮಿಲಿಟರಿಯ ಮೂಲ ತರಬೇತಿ ಮಧ್ಯಪ್ರದೇಶದ ಇಂದೋರ್ ನಲ್ಲಿ. ಸುಮಾರು ಹನ್ನೊಂದು ತಿಂಗಳ ಆ ಬೇಸಿಕ್ ಟ್ರೈನಿಂಗ್ ಅನ್ನು ಮುಗಿಸಿದ ಕೂಡಲೇ ಮೊದಲ ಪೋಸ್ಟಿಂಗ್ ಜಮ್ಮು ಕಾಶ್ಮೀರಕ್ಕೆ. ಜಮ್ಮು ಕಾಶ್ಮೀರ ಎಂತಹ ಸೂಕ್ಷ್ಮ ಪ್ರದೇಶವೆಂಬುದು ನಮಗೆಲ್ಲಾ ಗೊತ್ತೇ ಇದೆ. ಅತ್ಯುತ್ತಮರಲ್ಲೇ ಅತ್ಯುತ್ತಮರಾದ ಸೈನಿಕರನ್ನೇ ಈ ಪ್ರದೇಶಕ್ಕೆ ನಿಯೋಜಿಸುವುದು. ಅಂತಹುದರಲ್ಲಿ ಈಗ ತಾನೇ ಟ್ರೈನಿಂಗ್ ಮುಗಿಸಿದ ಇನ್ನೂ ಮೀಸೆಯೂ ಬಲಿತಿರದ ಹುಡುಗನನ್ನ ಜಮ್ಮು ಕಾಶ್ಮೀರಕ್ಕೆ ನಿಯೋಜಿಸಿದ್ದರೆಂದರೆ ಆ ಸೈನಿಕನ ಸಾಮರ್ಥ್ಯ ಎಷ್ಟಿರಬಹುದು ಊಹಿಸಿ.

ಸುಮಾರು ಎರಡು ವರ್ಷಗಳ ಕಾಲ ಕಾಶ್ಮೀರದಲ್ಲಿ ಸೇವೆ ಸಲ್ಲಿಸಿದ ಬಳಿಕ ರಾಜಸ್ಥಾನದ ಮರುಭೂಮಿ, ಬಿಸಿಲಿನ ಬೇಗೆಯ ಪಂಜಾಬ್ ಗಳಲ್ಲಿ ಪಾಕಿಸ್ತಾನಕ್ಕೆ ಹೊಂದಿಕೊಂಡ ಭಾರತದ ಗಡಿಭಾಗದ ಸೇವೆ ಸಲ್ಲಿಸಿದರು. ಪಶ್ಚಿಮ ಭಾಗದ

ಸೇವೆಯ ನಂತರ ಒಂದಷ್ಟು ವರ್ಷ ಸೀದಾ ಭಾರತದ ಪೂರ್ವ ಭಾಗಕ್ಕೆ ಇವರ ಪಯಣ. ಒಂದಷ್ಟು ವರ್ಷಗಳ ಕಾಲ ತ್ರಿಪುರಾಕ್ಕೆ ಹೊಂದಿಕೊಂಡ ಬಾಂಗ್ಲಾದೇಶ-ಭಾರತ ಗಡಿ ಕಾಯುವ ಕೆಲಸ.

ಪಾದರಸದಂತೆ ಹಗಲಿರುಳೂ ಸೇವೆ ಮಾಡುತ್ತಿದ್ದ ಜಯರಾಮ್ ತನ್ನ ಓಟವನ್ನು ಅಲ್ಲಿಗೆ ನಿಲ್ಲಿಸಲಿಲ್ಲ. ತನ್ನ ಸತತ ಪರಿಶ್ರಮದಿಂದ ಅತೀ ಚಿಕ್ಕ ವಯಸ್ಸಿಗೇ ಅಂದರೆ ಇಪ್ಪತ್ತೇಳು ವರ್ಷದ ವಯಸ್ಸಿಗೇ ಸೈನಿಕರ ದೈಹಿಕ ತರಬೇತುದಾರ ಕೋರ್ಸ್ ಅನ್ನು ಮುಗಿಸಿ ಹೊಸದಾಗಿ ಸೇರುವ ಸೈನಿಕರಿಗೆ ದೈಹಿಕ ತರಬೇತುದಾರರಾಗಿ ನೇಮಕಗೊಂಡು ದೆಹಲಿಗೆ ಪ್ರಯಾಣಿಸುತ್ತಾರೆ. ಸುಮಾರು 2 ವರ್ಷಗಳ ಕಾಲ ದೆಹಲಿಯಲ್ಲಿ ನೂರಾರು ಸೈನಿಕರಿಗೆ ಟ್ರೈನಿಂಗ್ ಕೊಟ್ಟ ಬಳಿಕ ಬೆಂಗಳೂರಿನ ಯಲಹಂಕ ಬಳಿಯಿರುವ ಗಡಿ ಭದ್ರತಾ ಪಡೆಯ ಟ್ರೈನಿಂಗ್ ಸೆಂಟರ್ ಗೆ ವರ್ಗಾವಣೆಗೊಳ್ಳುತ್ತಾರೆ. ಹೀಗೆ ತನ್ನ ಜೀವನದುದ್ದಕ್ಕೂ ನೂರಾರು ಸಮರ್ಥ ಸೈನಿಕರನ್ನು ತಯಾರು ಮಾಡಿರುವ ಫ್ಯಾಕ್ಟರಿ ಜಯರಾಮಣ್ಣ ಎಂದರೆ ತಪ್ಪಾಗಲಾರದು.

ಹೀಗೆ ನೂರಾರು ಸೈನಿಕರನ್ನು ತಯಾರು ಮಾಡಿದ ಮೇಲೆ ಮತ್ತೆ ಪೂರ್ವಭಾಗವಾದ ಮಣಿಪುರ, ಮಿಜೋರಾಂ, ಅಸ್ಸಾಂ ರಾಜ್ಯಗಳಲ್ಲಿ ಭಾರತ-ಬಾಂಗ್ಲಾದೇಶ ಗಡಿಯನ್ನು ಕಾಯುವ ಯೋಧನಾಗಿ ಮತ್ತೆ ನಿಯುಕ್ತಿಗೊಂಡು ಸುಮಾರು ಹತ್ತು ವರ್ಷಗಳ ಕಾಲ ಸೇವೆ ಸಲ್ಲಿಸಿ, ಹತ್ತಾರು ಭಯೋತ್ಪಾದಕರನ್ನು, ಬಂಡುಕೋರರನ್ನು, ಅಕ್ರಮ ನುಸುಳುಕೋರರನ್ನು, ನಾಗಾಲ್ಯಾಂಡ್ ನಲ್ಲಿನ ಪ್ರಬಲ ಮಾವೋವಾದಿ ನಕ್ಸಲೇಟುಗಳನ್ನು ಯಮಪುರಿಗೆ ಅಟ್ಟಿದ್ದಾರೆ. 2014 ಜುಲೈ 31 ರಂದು ಬಾಂಗ್ಲಾಗಡಿಯನ್ನು ಕಾಯುತ್ತಿದ್ದ ಸಂದರ್ಭದಲ್ಲಿ ಸೇನೆಯಿಂದ ನಿವೃತ್ತರಾಗಿ ಬೆಂಗಳೂರಿಗೆ ಹಿಂದಿರುಗಿ ಬರುತ್ತಾರೆ. ಹೀಗೆ ಸುಮಾರು 21 ವರ್ಷಗಳ ಕಾಲ ನಿರಂತರವಾಗಿ ಭಾರತಾಂಬೆಯ ನೆಲವನ್ನು ಕಾಯುತ್ತಿದ್ದ ಈ ಧೀರಯೋಧ ಇಂದಿಗೂ ಅನೇಕ ಸಮಾನ ಮನಸ್ಕ ತಂಡಗಳ ಜೊತೆಗೂಡಿ ಕಾಲಿಗೆ ಚಕ್ರ ಕಟ್ಟಿಕೊಂಡವರಂತೆ ನಿತ್ಯ ಒಂದಿಲ್ಲೊಂದು ಸಮಾಜಮುಖಿ ಕೆಲಸಗಳನ್ನು ಮಾಡುತ್ತಲೇ ಇದ್ದಾರೆ.

ಪುರುಷನ ಯಶಸ್ಸಿನ ಹಿಂದೆ ಮಹಿಳೆಯ ಪಾಲು ಇರಲೇಬೇಕಲ್ಲ? ಹೌದು. ಜಯರಾಮಣ್ಣನವರ ಏಳುಬೀಳುಗಳಲ್ಲಿ ಜೊತೆಯಲ್ಲಿ ನಿಂತು ಇಂದಿಗೂ ನಿತ್ಯ ಇವರ ಸಮಾಜಮುಖಿ ಕೆಲಸಗಳಿಗೆ ಸಹಕಾರ ನೀಡುತ್ತಿರುವ ಇವರ ಪತ್ನಿ ರಶ್ಮಿ ಪಾಟೀಲ್ ಅವರು ಕನ್ನಡ ಕಹಳೆ ಎಂಬ ಕನ್ನಡ ದಿನಪತ್ರಿಕೆಯ ಸಂಪಾದಕಿ. ಓಂ ಪಾಟೀಲ್ ಮತ್ತು ಪೃಥ್ವಿ ಪಾಟೀಲ್ ಎಂಬ ಇಬ್ಬರು ಮಕ್ಕಳ ಸುಖೀ ಕುಟುಂಬ

ಇವರದ್ದು. ಸೇವೆಯಿಂದ ನಿವೃತ್ತರಾಗಿ ಬರುವ ಸೈನಿಕರು, ಸೈನ್ಯ ಸೇರಿದ ಹೊಸ ಸೈನಿಕರು ಸೇರಿದಂತೆ ದೂರದೂರಿನಲ್ಲಿ ಸೇವೆ ಸಲ್ಲಿಸುತ್ತಿರುವ ಸೈನಿಕರ ಕಷ್ಟಗಳಿಗೆ ನೆರವಾಗುವ ನೂರಾರು ಕಾರ್ಯಗಳನ್ನು ಮಾಡಿದ್ದಾರೆ; ಮಾಡುತ್ತಿದ್ದಾರೆ; ಮಾಡುತ್ತಲೇ ಇರುತ್ತಾರೆ.. ಅನೇಕ ಪತ್ರಿಕೆಗಳು, ಟೀವಿ-ರೇಡಿಯೋ ಕಾರ್ಯಕ್ರಮಗಳಲ್ಲಿ ಇವರ ಸಂದರ್ಶನಗಳು, ಭಾಷಣಗಳು ಪ್ರಸಾರವಾಗಿವೆ. ಕಾಶ್ಮೀರ ಸೈನಿಕರ ಕುರಿತಾದ ಕನ್ನಡ ಚಿತ್ರವೊಂದರಲ್ಲಿ ಸೈನಿಕನ ಪಾತ್ರದಲ್ಲಿ ಅಭಿನಯಿಸುತ್ತಿದ್ದಾರೆ. ಇವರಿಗೆ ಸಂದಿರುವ ಪ್ರಶಸ್ತಿ ಪುರಸ್ಕಾರಗಳ ಬಗ್ಗೆ ಬರೆಯುತ್ತ ಹೋದರೆ ಬಹುಶಃ ಅದೇ ಒಂದು ಲೇಖನಕ್ಕಾಗುವಷ್ಟು ಸರಕಾಗಬಹುದೇನೋ? ನೂರಾರು ಸಂಘಸಂಸ್ಥೆಗಳು, ಪತ್ರಿಕೆಗಳು ಇವರ ಸೇವೆಯನ್ನು ಗೌರವಿಸಿದೆ. ಭಾರತ ಭೂಷಣ, ಶ್ರೀ ಸಿದ್ಧಪ್ಪಾಜಿ ದೇಶಹಿತ ಸಂರಕ್ಷಣಾ ಸೇವಾ ರತ್ನ, ಸೈನಿಕ ರತ್ನ ಪ್ರಶಸ್ತಿಗಳು ಸೇರಿದಂತೆ ಹತ್ತಾರು ಪ್ರಶಸ್ತಿಗಳು ಇವರನ್ನು ಹುಡುಕಿಕೊಂಡು ಬಂದಿವೆ. ಯಾವುದೇ ರೀತಿಯ ಪ್ರಶಸ್ತಿ, ಹೊಗಳಿಕೆಗಳಿಗೂ ಅಹಂ ಪಡದೆ, ನೂರಾ ಮೂವತ್ತು ಕೋಟಿ ಭಾರತೀಯರ ಪೈಕಿ ಕೇವಲ ನಾನೊಬ್ಬ ದೇಶದ ಪ್ರಜೆ. ಮಿಲಿಟರಿ ದಾಖಲೆಗಳ ಪ್ರಕಾರ ಮಾತ್ರ ನಾನು ನಿವೃತ್ತ ಯೋಧ. ದೇಶಸೇವೆ ಮಾಡುವ ವಿಷಯದಲ್ಲಿ ನನ್ನ ಕಡೆಯ ಉಸಿರಿರುವವರೆಗೂ ನಾನು ಈ ದೇಶದ ಯೋಧನೇ. ದೇಶಸೇವೆಯ ವಿಚಾರಕ್ಕೆ ಬಂದರೆ ನಾನೊಬ್ಬ ಎಂದೂ ನಿವೃತ್ತಿಯಾಗದ ಯೋಧ ಎಂದು ಹೆಮ್ಮೆಯಿಂದಲೇ ಹೇಳಿಕೊಳ್ಳುವ, ನಿರಂತರವಾಗಿ ನೂರಾರು ಸಾಮಾಜಿಕ ಕಾರ್ಯಗಳನ್ನು ಮಾಡುತ್ತಿರುವ ಟೈಗರ್ ಜಯರಾಮಣ್ಣನವರಿಗೆ ನಮ್ಮ ಕಡೆಯಿಂದ ಒಂದು ಹೆಮ್ಮೆಯ ಸಲ್ಯೂಟ್.

ಅಪ್ಪ ಸತ್ತ ಸುದ್ಧಿ ಕೇಳಿದರೂ ಕರ್ತವ್ಯ ಮುಂದುವರೆಸಿದ ಯೋಧ

ತ್ರಿಪುರಾದ ಬಾಂಗ್ಲಾ ಗಡಿಯಲ್ಲಿ ಸೇವೆ ಸಲ್ಲಿಸುತ್ತಿದ್ದಾಗ ಒಮ್ಮೆ ಮಧ್ಯರಾತ್ರಿ ಸಮಯ. ದೂರದಲ್ಲಿ ಹಿರಿಯ ಮಿಲಿಟರಿ ಅಧಿಕಾರಿಯೊಬ್ಬರು ಬರುತ್ತಿರುವುದು ಜಯರಾಮ್ ಅವರಿಗೆ ಕಾಣುತ್ತದೆ. ಸೀದಾ ಜಯರಾಮ್ ಬಳಿಗೇ ಬಂದ ಆ ಹಿರಿಯ ಅಧಿಕಾರಿ "ಮಿ. ಜಯರಾಮ್. ಈಗ ತಾನೇ ನಿಮ್ಮ ತಂದೆಯವರು ನಿಧನರಾಗಿದ್ದಾರೆಂಬುದಾಗಿ ನಮ್ಮ ಹೆಡ್ ಕ್ವಾರ್ಟರ್ ಗೆ ಮೆಸೇಜ್ ಬಂತು. ನಿಮ್ಮ ಇಂದಿನ ಡ್ಯೂಟಿಯನ್ನು ಮುಗಿಸಿ ನನ್ನ ಜೊತೆ ಬನ್ನಿ. ನಿಮ್ಮ ಡ್ಯೂಟಿಯನ್ನು ಇಲ್ಲಿ ಕಂಟಿನ್ಯೂ ಮಾಡಲು ಬೇರೆಯವರಿಗೆ ಹೇಳಿದ್ದೇವೆ. ಅವರು ನೋಡಿಕೊಳ್ತಾರೆ. ನೀವು ನನ್ನ ಜೊತೆ ಬನ್ನಿ. ನಾಳೆ ಬೆಳಿಗ್ಗೆಯೇ ಬೆಂಗಳೂರಿಗೆ ನಿಮ್ಮನ್ನು ಕಳಿಸಿಕೊಡುವ ವ್ಯವಸ್ಥೆ ಮಾಡಿದ್ದೇವೆ" ಅಂದರಂತೆ.

ತನ್ನ ತಂದೆಯ ನಿಧನದ ವಾರ್ತೆಯನ್ನು ಕೇಳಿ ಇವರಿಗೇ ತಿಳಿಯದಂತೆ ಕಣ್ಣಿನಿಂದ ಧಾರಾಕಾರ ನೀರು ಸುರಿಯಹತ್ತಿತ್ತು. ಕೇವಲ ಎರಡು ನಿಮಿಷ ಅಷ್ಟೇ! ತಕ್ಷಣ ಮನಸ್ಸನ್ನು ಸಹಜಸ್ಥಿತಿಗೆ ತಂದುಕೊಂಡು "ನಾನು ಧೈರ್ಯವಾಗಿದ್ದೇನೆ ಸರ್. ಡ್ಯೂಟಿಯನ್ನು ಅರ್ಧಕ್ಕೆ ಬಿಟ್ಟು ಹೋಗುವುದು ಒಬ್ಬ ಸೈನಿಕನಿಗೆ ತರವಲ್ಲ. ಕಠಿಣ ಪರಿಸ್ಥಿತಿಗಳನ್ನೂ ನಿಭಾಯಿಸುವ ಕಲೆ ಆರ್ಮಿ ನನಗೆ ಕಲಿಸಿದೆ. ನೀವು ಹೋಗಿ ಸರ್. ನಾನು ನನ್ನ ಡ್ಯೂಟಿ ಮುಗಿಸಿ ನಾಲೇ ಬೆಳಿಗ್ಗೆ ಬರ್ತೇನೆ" ಎಂದು ಇವರೇ ಆ ಅಧಿಕಾರಿಗೆ ಧೈರ್ಯ ಹೇಳಿ ಕಳಿಸಿದರಂತೆ. ಅಂದಿನ ನೈಟ್ ಡ್ಯೂಟಿ ಮುಗಿಸಿ ಮಾರನೆ ದಿನ ರೈಲು ಹತ್ತಿ ಮೂರು ದಿನದ ರೈಲು ಪ್ರಯಾಣ ಮುಗಿಸಿ ಬೆಂಗಳೂರಿಗೆ ಬರುವ ಹೊತ್ತಿಗೆ ಅವರ ತಂದೆಯ ಅಂತ್ಯಸಂಸ್ಕಾರವೂ ನಡೆದುಹೋಗಿತ್ತು. ಕಡೆಯಬಾರಿ ತನ್ನ ತಂದೆಯ ಮುಖ ನೋಡುವ ಅವಕಾಶವೂ ಇವರಿಗೆ ಸಿಗಲಿಲ್ಲ.

ಒಬ್ಬ ಯೋಧ ತನ್ನ ದೇಶಕ್ಕಾಗಿ ಎಂತಹ ತ್ಯಾಗಕ್ಕೂ ಸಿದ್ಧನಾಗಿರುತ್ತಾನೆಂಬುದಕ್ಕೆ ಇಂತಹ ಅದೆಷ್ಟೋ ದೃಷ್ಟಾಂತಗಳು ನಮ್ಮ ಸೈನಿಕರ ಜೀವನದಲ್ಲಿ ಕಾಣಸಿಗುತ್ತದೆ.

7

ಛಲ ಬಿಡದ ತ್ರಿವಿಕ್ರಮ ಗೋವಿಂದರಾಜು ಕೆ.

ಆ ಕೋರ್ಸ್ ಮಾಡಬೇಡಿ. ಅದಕ್ಕೆ ಮಾರ್ಕೆಟ್ ನಲ್ಲಿ ಒಳ್ಳೆ ಸ್ಕೋಪ್ ಇಲ್ಲ. ಇದು ಮಾಡಿ. ಇದಕ್ಕೆ ಒಳ್ಳೆ ಡಿಮ್ಯಾಂಡ್ ಇದೆ ಎಂದು ಹೇಳುವವರನ್ನು ನಾವು ನಾವು ಖಂಡಿತ ನೋಡಿರುತ್ತೇವೆ. ನಿಜ ಹೇಳಬೇಕೆಂದರೆ ನಾವು ಜೀವಿಸುತ್ತಿರುವುದು ಸ್ಪರ್ಧಾತ್ಮಕ ಪ್ರಪಂಚದಲ್ಲಿ. ಈ ಸ್ಪರ್ಧಾತ್ಮಕ ಪ್ರಪಂಚದಲ್ಲಿ ಪ್ರತಿಯೊಂದು ವಿದ್ಯೆಯೂ ಅಮೂಲ್ಯಯಾವುದೇ ವಿದ್ಯೆಯೂ ವೇಸ್ಟ್ ಅಲ್ಲ. ಒಂದಲ್ಲ ಒಂದು ದಿನ ನಾವು ಕಲಿತ ವಿದ್ಯೆ ಯಾವುದೇ ಸಂದರ್ಭದಲ್ಲಿ ನಮಗೇ ಅರಿವಿಗೆ ಬರದಂತೆ ನಮ್ಮನ್ನು ಕಾಯುತ್ತದೆ ಎನ್ನುವುದಕ್ಕೆ ಜ್ವಲಂತ ಉದಾಹರಣೆ ಗೋವಿಂದರಾಜ್.

ಗೋವಿಂದರಾಜು ಕೆ ಮೂಲತಃ ಮೈಸೂರಿನವರು. ಆಗಸ್ಟ್ 1977 ರಲ್ಲಿ ಕೋದಂಡರಾಮು ಹಾಗೂ ಕಮಲ ದಂಪತಿಗಳ ಹಿರಿಯ ಮಗನಾಗಿ ಹುಟ್ಟಿದ ಇವರು ಕಡುಬಡತನವನ್ನು ಅನುಭವಿಸುತ್ತಲೇ ಬೆಳೆದವರು. ಮೈಸೂರಿನ ಶಿವರಾಮ ಪೇಟೆಯ ದೇವರಾಜ ಶಾಲೆ ಹಾಗು ಒಂಟಿಕೊಪ್ಪಲಿನ ಸರಕಾರಿ ಹಿರಿಯ ಪ್ರಾಥಮಿಕ ಶಾಲೆಯಲ್ಲಿ ಪ್ರಾಥಮಿಕ ವಿದ್ಯಾಭಾಸವನ್ನು ಮುಗಿಸಿ ನಂತರ ಮೈಸೂರಿನ ಹೆಸರಾಂತ ಮಹಾರಾಜ ಪ್ರೌಢಶಾಲೆಯಲ್ಲಿ ಪ್ರೌಢಶಾಲಾ ಹಾಗೂ ಕಾಲೇಜು ವ್ಯಾಸಂಗವನ್ನು ಮುಗಿಸುತ್ತಾರೆ. ಬಡತನವನ್ನು ಜನ್ಮತಃ ಬಳುವಳಿಯಾಗಿ ಪಡೆದ ಇವರು ನಾಲ್ಕನೇ ತರಗತಿಯಲ್ಲಿ ಓದುತ್ತಿದ್ದಾಗ ಇವರಿಗೆ ನಿಜವಾದ ಬಡತನದ ಅರಿವಾಯಿತು. ತನ್ನ ತಾಯಿ ಊಟದ ಎಲೆಗಳನ್ನು ಪೋಣಿಸಿ, ಅದನ್ನು ಮಾರಾಟ ಮಾಡಿ, ಅದರಿಂದ ಬಂದ ಹಣದಲ್ಲಿ ಮನೆಯನ್ನು

ನಡೆಸುತ್ತಿರುವುದನ್ನು ಕಂಡು ತಾನೂ ಏಕೆ ಕೆಲಸವೊಂದನ್ನು ಹುಡುಕಿಕೊಂಡು ಮಾಡಬಾರದು? ಎಂದು ಆಲೋಚಿಸುತ್ತಾರೆ. ಹೀಗಾಗಿ ವಿದ್ಯಾರ್ಥಿಯಾಗಿದ್ದಾಗಲೇ ಶಾಲೆ ಪ್ರಾರಂಭದ ಮುಂಚೆ ಹಾಗು ಶಾಲೆ ಮುಗಿದ ಮೇಲೆ ಬಿಡುವಿನ ವೇಳೆಯಲ್ಲಿ, ಸಣ್ಣ ಪುಟ್ಟ ಕೆಲಸಗಳನ್ನು ಮಾಡುತ್ತಾ, ಐದೋ, ಹತ್ತೋ ರೂಪಾಯಿಗಳನ್ನು ಸಂಪಾದಿಸಿ, ಈ ಮೂಲಕ ತಂದೆ ತಾಯಿಗೆ ಸಂಸಾರ ನಡೆಸಲು ನೆರವಾಗುತ್ತಾರೆ. ಮನೆಯ ಹಿರಿಯ ಮಗನೆಂದ ಮೇಲೆ ಜವಾಬ್ದಾರಿಯನ್ನು ನಿಭಾಯಿಸಲೇಬೇಕಲ್ಲವೇ? ಜೊತೆಗೆ ತಮ್ಮ ತಂಗಿಯರ ವಿದ್ಯಾಭ್ಯಾಸಕ್ಕೂ ನೆರವಾಗಬೇಕು. ಹೀಗೆಂದು ಯೋಚಿಸಿ ಹತ್ತನೇ ತರಗತಿ ಪಾಸಾದ ತಕ್ಷಣವೇ ವಿದ್ಯಾಭ್ಯಾಸಕ್ಕೆ ಎಳ್ಳು-ನೀರು ಬಿಟ್ಟು, ಮೈಸೂರಿನ ಮೆಡಿಕಲ್ ಶಾಪ್ ಒಂದರಲ್ಲಿ ತಿಂಗಳಿಗೆ 400 ರೂಪಾಯಿ ಪಾಗಾರಕ್ಕೆ ಪುಟ್ಟ ಕೆಲಸಕ್ಕೆ ಸೇರುತ್ತಾರೆ.

ಒಂದಷ್ಟು ದಿನ ಮೆಡಿಕಲ್ ಶಾಪ್ ನಲ್ಲಿ ಕೆಲಸ ಮಾಡಿ, ಬಂದ ಸಂಬಳವನ್ನು ಕೂಡಿಟ್ಟು, ಆ ಹಣದಿಂದ ಐ.ಟಿ.ಐ. ಮಾಡಿ ಇನ್ನೂ ಸ್ವಲ್ಪ ಜಾಸ್ತಿ ಸಂಬಳ ಬರುವ ಕೆಲಸವೊಂದನ್ನು ಗಿಟ್ಟಿಸಬೇಕೆಂದು ಹಗಲು-ರಾತ್ರಿ ದುಡಿಯತೊಡಗಿದರು. ಇವರ ಶ್ರದ್ಧೆಯನ್ನು ಕಂಡ ಮೆಡಿಕಲ್ ಶಾಪ್ ನವರು 400 ಇದ್ದ ಇವರ ಸಂಬಳವನ್ನು 500 ಕ್ಕೆ ಏರಿಸಿದರು ಕೂಡ. ಇವರು ಅಂದುಕೊಂಡಂತೆಯೇ ಐ.ಟಿ.ಐ. ಗೆ ಅರ್ಜಿಗಳನ್ನು ಕರೆಯುವ ಸಮಯಕ್ಕಾಗಿ ಕಾಯುತ್ತಾ ಕುಳಿತರು. ಆದರೆ ದುರದೃಷ್ಟವಶಾತ್ ಕೂಡಿಟ್ಟಿದ್ದ ಹಣವೆಲ್ಲಾ ಯಾವುದೋ ಕೆಟ್ಟ ಸಂದರ್ಭದಲ್ಲಿ ಕಳ್ಳರ ಪಾಲಾಗಿತ್ತು. ಐ.ಟಿ.ಐ. ಗೆ ಅರ್ಜಿಗಳು ಪ್ರಾರಂಭವಾಗುವ ಹೊತ್ತಿಗೆ ಬಿಡಿಗಾಸೂ ಇಲ್ಲದೆ ಮತ್ತದೇ ಜೀವನಕ್ಕೆ ವಾಪಾಸ್ ಬಂದಾಗಿತ್ತು.

ದಿಕ್ಕು ಬದಲಿಸಿದ ಟೈಪಿಂಗ್ ವಿದ್ಯೆ

ಓದಿನಲ್ಲಿ ಅಪಾರ ಆಸಕ್ತಿಯಿದ್ದ ಇವರು ಐ.ಟಿ.ಐ.ಸೇರಲಾಗದೆ ಒಂದೇ ಸಮನೆ ಅಳುತ್ತಾ ಕುಳಿತಿದ್ದರು. ಐ.ಟಿ.ಐ. ಆಗದಿದ್ದರೆ ಏನಂತೆ? ಪಿಯುಸಿಯನ್ನೇ ಓದೋಣ ಎಂದು ಮತ್ತೆ ಮಹಾರಾಜಾ ಕಾಲೇಜಿಗೆ ಬಂದು ಪಿಯುಸಿಗೆ ಜಾಯಿನ್ ಆದರು. ಮಹಾರಾಜಾ ಕಾಲೇಜಿನ ವೈಶಿಷ್ಟ್ಯವೆಂದರೆ ಮುಂಜಾನೆ ಅಲ್ಲಿ ಪಿಯುಸಿ ತರಗತಿಗತಿಗಳು ನಡೆದರೆ, ಸಂಜೆಯ ಸಮಯದಲ್ಲಿ ಹೈಸ್ಕೂಲ್ ತರಗತಿಗಳು ನಡೆಯುತ್ತಿದ್ದವು. ಒಂದು ಕಡೆ ಕಾಲೇಜು ವಿದ್ಯಾಭ್ಯಾಸ, ಇನ್ನೊಂದು ಕಡೆ ಮೆಡಿಕಲ್ ಶಾಪ್ ನಲ್ಲಿ ಕೆಲಸ. ಇದರ ಮಧ್ಯೆ ಇವರಿಗೆ ಒಂದು ಗಂಟೆಯ ಕಾಲ ವಿಶ್ರಾಂತಿ ಇತ್ತು. ಈ ಒಂದು ಗಂಟೆಯ ಸಮಯವನ್ನು ವ್ಯರ್ಥವಾಗಿ ಹಾಳುಮಾಡುವ ಬದಲು ಟೈಪಿಂಗ್ ಕಲಿತರೆ, ಟೈಪಿಂಗ್ ಮಾಡಿ ಒಂದಷ್ಟು ಹಣವನ್ನು ಗಳಿಸಬಹುದು ಎಂದು ಯೋಚಿಸಿ, ಟೈಪಿಂಗ್ ತರಗತಿಗೆ

ದಾಖಲಾದರು. ಬೇರೆ ವಿದ್ಯಾರ್ಥಿಗಳು ಒಂದು ತಿಂಗಳು ಕಲಿಯುವ ವಿದ್ಯೆಯನ್ನು ಇವರು ಒಂದೇ ವಾರದಲ್ಲಿ ಕಲಿತರು. ಇವರ ಜ್ಞಾನದಾಹವನ್ನು ಕಂಡ ಟೈಪಿಂಗ್ ಹೇಳಿಕೊಡುವ ಗುರುಗಳು ಕೂಡ ಇವರಿಗೆ ಟೈಪಿಂಗ್ ವಿದ್ಯೆಯನ್ನು ಚೆನ್ನಾಗಿಯೇ ಕಲಿಸಿದರು. ಬೆಳಿಗ್ಗೆ ಟೈಪಿಂಗ್, ನಂತರ ಕಾಲೇಜು, ನಂತರ ಮೆಡಿಕಲ್ ಶಾಪ್ ನಲ್ಲಿ ಕೆಲಸ ಮಾಡುತ್ತಾ ಇದ್ದರು ಕೂಡ, ಇನ್ನೂ ಹೆಚ್ಚು ಹಣ ದುಡಿಯುವ ಕೆಲಸದ ಅವಕಾಶಕ್ಕಾಗಿ ಇವರ ಮನ ಹಾತೊರೆಯುತ್ತಲೇ ಇತ್ತು.

ಇವರ ಹಿರಿಯ ಹಿತೈಷಿಗಳಾದ ದ್ವಾರಕಾನಾಥ್ ಅವರು ಒಮ್ಮೆ ಸ್ಟಾರ್ ಆಫ್ ಮೈಸೂರು ಪತ್ರಿಕೆಯಲ್ಲಿ ಪ್ರಕಟವಾಗಿದ್ದ ಜಾಹಿರಾತನ್ನು ನೋಡಿ, ಮಿಲಿಟರಿಗೆ ಜಾಯಿನ್ ಆಗಲು ಓಪನ್ ರ್ಯಾಲಿ ಇದೆ. ಇದು ನಿನಗೆ ಒಂದು ಉತ್ತಮ ಅವಕಾಶ. ಒಮ್ಮೆ ಟ್ರೈ ಮಾಡಿ ನೋಡು ಎಂದರು. ಪಿರಿಯಾಪಟ್ಟಣದಲ್ಲಿ ನಡೆದಿದ್ದ ಆ ರ್ಯಾಲಿಗೆ ತುಸು ಸಂಕೋಚದಿಂದಲೇ ಹೋಗಿ ಬಂದರು. ಏನಾಶ್ಚರ್ಯ? ಭಾರತೀಯ ಭೂಸೇನೆಗೆ ಸೆಲೆಕ್ಟ್ ಆಗಿಯೇಬಿಟ್ಟರು. ಮಿಲಿಟರಿಗೆ ಜಾಯಿನ್ ಆಗಲು ಕರೆ ಬಂದಾಗ ಇವರಿನ್ನೂ ಪಿಯುಸಿ ಓದುತ್ತಿದ್ದರು. ಮಿಲಿಟರಿ ಜಾಯಿನ್ ಆಗುವ ದಿನವೇ ಅಂದರೆ ಏಪ್ರಿಲ್ 27, 1995 ರಂದು ದ್ವಿತೀಯ ಪಿಯುಸಿಯ ಅರ್ಥಶಾಸ್ತ್ರ ಪರೀಕ್ಷೆ ಕೂಡ ಇತ್ತು. ಪರೀಕ್ಷೆ ಆಮೇಲೆ ಬರೆದರಾಯಿತು. ದೇಶಸೇವೆ ಮಾಡುವ ಅವಕಾಶ ಮತ್ತೆ ಸಿಕ್ಕೀತೆ? ಎಂದು ಭಾವಿಸಿ, ಪರೀಕ್ಷೆಗೆ ಟಾಟಾ ಹೇಳಿ, ಭಾರತೀಯ ಭೂಸೇನೆ, ಕೋರ್ ಆಫ್ ಸಿಗ್ನಲ್ ಗೆ ಸೈನಿಕರಾಗಿ ಸೇರಿದರು.

ಮಧ್ಯಪ್ರದೇಶದ ಜಬಲ್ಪುರ್ ನಲ್ಲಿ ಕೋರ್ ಆಫ್ ಸಿಗ್ನಲ್ ಕೇಂದ್ರದಲ್ಲಿ ಆರು ತಿಂಗಳ ಕಾಲ ಪ್ರಾಥಮಿಕ ತರಬೇತಿಯ ನಂತರ, ಒಂದು ವರ್ಷದ ಉನ್ನತ ಟ್ರೈನಿಂಗ್ ಅನ್ನು ಕೂಡ ಮುಗಿಸಿದರು. ಮಿಲಿಟರಿಯಲ್ಲಿ ಸಂವಹನ ಹಾಗು ಸಿಗ್ನಲ್ ಗಳು ಎಷ್ಟು ಮುಖ್ಯವೆಂದು ನಮಗೆಲ್ಲಾ ಗೊತ್ತು. ಸೈನಿಕರ ನಡುವೆ ಕಮ್ಯುನಿಕೇಷನ್ ಏರ್ಪಡಿಸುವ, ಸಿಗ್ನಲ್ ಗಳನ್ನು ಕಳಿಸುವ ವಿಭಾಗವೇ ಈ ಸಿಗ್ನಲ್ ವಿಭಾಗ. ಸಂಪೂರ್ಣ ಸೇನಾ ತರಬೇತಿ ಮುಗಿದ ನಂತರ ಇವರ ಮೊದಲ ಪೋಸ್ಟಿಂಗ್ ಅಸ್ಸಾಂಗೆ ಆಯಿತು. ಬೋಡೋ ಉಗ್ರಗಾಮಿಗಳ ವಿರುದ್ಧ ನಡೆದ ಒಪಿ ರೈನೋ ಎಂಬ ಆಪರೇಷನ್ ನಲ್ಲಿ ಭಾಗವಹಿಸಿದರು. 1996 ರಿಂದ 2000 ದ ವರೆಗೆ ಅಸ್ಸಾಂ ನಲ್ಲಿ ಕಾರ್ಯನಿರ್ವಹಿಸಿ, ಅನೇಕ ಆಪರೇಷನ್ ಗಳಲ್ಲಿ ಭಾಗವಹಿಸಿದ ನಂತರ ಪಂಜಾಬ್ ನ ಭಟಿಂಡಾಗೆ ಇವರನ್ನು ವರ್ಗಾಯಿಸಲಾಯಿತು.

1999 ರಲ್ಲಿ ಅಸ್ಸಾಂ ನಲ್ಲಿ ಕಾರ್ಯ ನಿರ್ವಹಿಸುತ್ತಿದ್ದ ಸಮಯದಲ್ಲಿ ಭಾರತ-ಪಾಕಿಸ್ತಾನ ನಡುವೆ ಕಾರ್ಗಿಲ್ ಯುದ್ಧ ಶುರುವಾಗಿತ್ತು. ಆ ಯುದ್ಧದಲ್ಲಿ ಕೂಡ

ಸಿಗ್ನಲ್ ರೆಜಿಮೆಂಟ್ ನ ಭಾಗವಾಗಿ ಸ್ಪೇರ್ ಟೀಮ್ ನಲ್ಲಿ ಇವರು ಭಾಗವಹಿಸಿದ್ದರು. ಭಟಿಂಡಾದಲ್ಲಿ ಇದ್ದಾಗ ಸುಮಾರು ಎರಡು ವರ್ಷಗಳ ಕಾಲ ನಡೆದ ಆಪರೇಷನ್ ಪರಾಕ್ರಮದಲ್ಲಿ ಕೂಡ ಭಾಗವಹಿಸಿದ್ದ ಇವರು ಆಪರೇಷನ್ ಗೆ ತನ್ನ ಅಮೂಲ್ಯ ಕಾಣಿಕೆಯನ್ನು ನೀಡಿದ್ದಾರೆ.

ಪಿಯುಸಿ ಅರ್ಧಕ್ಕೆ ನಿಂತ ಬಳಿಕ ವಿದ್ಯಾಭ್ಯಾಸ ಅಲ್ಲಿಗೇ ನಿಂತು ಹೋಗಿತ್ತು. ಓದಿನಲ್ಲಿ ಅಪಾರ ಆಸಕ್ತಿಯಿದ್ದ ಇವರು ಸೇನೆಯಲ್ಲಿದ್ದಾಗಲೇ ಪಿಯುಸಿ ಪರೀಕ್ಷೆಯನ್ನು ಮತ್ತೆ ಕಟ್ಟಿ ಬರೆದು ಪಾಸ್ ಮಾಡಿಕೊಂಡರು. ನಂತರ ಮಾಹಿತಿ ತಂತ್ರಜ್ಞಾನದಲ್ಲಿ ಡಿಪ್ಲೋಮ ಮುಗಿಸಿ, ಅದಾದ ಬಳಿಕ ಬಿ.ಎ. ಮುಗಿಸಿ, ನಂತರ ಕರ್ನಾಟಕ ರಾಜ್ಯ ಮುಕ್ತ ವಿಶ್ವವಿದ್ಯಾಲಯದಲ್ಲಿ ಮಾಸ್ಟರ್ ಪದವಿಯನ್ನು ಕೂಡ ಮುಗಿಸಿದರು. ಕೆಲಸದ ಒತ್ತಡ ನಡುವೆ ಹೊಸದೇನನ್ನೂ ಕಲಿಯಲು ಸಮಯವಿಲ್ಲ ಎಂದು ಗೊಣಗುವವರಿಗೆ ಇವರೇ ಸ್ಫೂರ್ತಿ. ಕೆಲಸದಲ್ಲಿದ್ದಾಗಲೇ, ಅದರಲ್ಲೂ ವಿಶೇಷವಾಗಿ ಮಿಲಿಟರಿಯಲ್ಲಿ ಕೆಲಸ ಮಾಡಿಕೊಂಡು ಡಿಪ್ಲೋಮ, ಡಿಗ್ರಿ, ಮಾಸ್ಟರ್ ಡಿಗ್ರಿ ಮಾಡಿದ ಛಲ ನಿಜಕ್ಕೂ ಎಂತಹವರಿಗೂ ಮಾದರಿ. ಇವರು ಸಿಗ್ನಲ್ ವಿಭಾಗದಲ್ಲಿ ಸೇವೆ ಸಲ್ಲಿಸುತ್ತಿದ್ದಾಗ ಇವರಿಗೆ ಅಪಾರ ಪ್ರಮಾಣದಲ್ಲಿ ನೆರವಾದದ್ದು ಹೊಟ್ಟೆಪಾಡಿಗೆಂದು ಎಂದೋ ಕಲಿತಿದ್ದ ಟೈಪಿಂಗ್ ಎಂಬ ವಿದ್ಯೆ. ಹೌದು. ಟೈಪಿಂಗ್ ಕಲಿತಿದ್ದರಿಂದ ಬೇರೆಯವರಿಗಿಂತ ತುಂಬಾ ವೇಗವಾಗಿ ಕೆಲಸ ಮಾಡುತ್ತಿದ್ದರು. ಜೊತೆಗೆ ನಿರಂತರವಾಗಿ ಒಂದರ ಮೇಲೊಂದು ವಿದ್ಯಾರ್ಹತೆಗಳನ್ನು ಪಡೆದು, ಜ್ಞಾನದ ಹರಿವನ್ನು ಹೆಚ್ಚಿಸಿಕೊಳ್ಳುತ್ತಲೇ ಇದ್ದರು. ಬ್ರಿಡ್ಜಿಂಗ್, ರಿವರ್ ಕ್ರಾಸಿಂಗ್ ಹೀಗೆ ಅನೇಕ ವಿಧಗಳಲ್ಲಿ ಇವರು ಎಂಜಿನಿಯರಿಂಗ್ ತಂಡದವರಿಗೆ ಕೂಡ ನೆರವಾಗಿದ್ದಾರೆ. ರಾಷ್ಟ್ರೀಯ ರೈಫಲ್ಸ್ ನಲ್ಲಿ ಕಾರ್ಯನಿರತರಾಗಿದ್ದಾಗ ಇವರ ಬಲಗಾಲಿಗೆ ಗಾಯವಾಗಿ, ಪಂಜಾಬ್ ನ ಪಠಾನ್ಕೋಟ್ ಗೆ ವರ್ಗಾವಣೆಯಾಯಿತು. ಇವರ ಪ್ರತಿಭೆಯನ್ನು ಮನಗಂಡು ಇವರನ್ನು ಆರ್ಮಿ ಮುಖ್ಯಾಲಯಕ್ಕೆ ವರ್ಗಾವಣೆ ಮಾಡಲಾಯಿತು. 2006 ರಿಂದ 2011 ರ ವರೆಗೆ ಆರ್ಮಿ ಹೆಡ್ ಕ್ವಾರ್ಟರ್ಸ್ ನಲ್ಲಿ ಸೇವೆ ಸಲ್ಲಿಸಿದ ಶ್ರೇಯಸ್ಸು ಇವರದ್ದು.

ಹೀಗೆ ಸುಮಾರು ಹದಿನೇಳು ವರ್ಷಗಳ ಕಾಲ ಸೇವೆ ಸಲ್ಲಿಸಿದ ನಂತರ ಇವರು ಏಪ್ರಿಲ್ 2012 ರಲ್ಲಿ ಸೇನೆಯಿಂದ ನಿವೃತ್ತರಾದರು. ಸೇನೆಯಿಂದ ನಿವೃತ್ತಿಯಾದ ಬಳಿಕ ಕೆ.ಎ.ಎಸ್. ಪರೀಕ್ಷೆ ಬರೆದು ತಹಶೀಲ್ದಾರ್ ಆಗಬೇಕೆಂಬ ಆಸೆ ಹೊಂದಿದ್ದರು. ಆದರೆ ಇವರು ಬರೆದ ಕೆ.ಎ.ಎಸ್. ಪರೀಕ್ಷೆಯಿಂದ ಯಾರನ್ನೂ ಸೆಲೆಕ್ಟ್ ಮಾಡಲಿಲ್ಲ. ನಂತರ ಇವರು ಇಸ್ರೋ ಗೆ ಅರ್ಜಿಯನ್ನು ಗುಜರಾಯಿಸಿ, ಅಲ್ಲಿ ಕೆಲಸವನ್ನು ದೊರಕಿಸಿಕೊಂಡು ಇಸ್ರೋ ಸೇರಿದರು. ಪ್ರಸ್ತುತ ಇಸ್ರೋದಲ್ಲಿ

ಸೇವೆ ಸಲ್ಲಿಸುತ್ತಾ, ಪತ್ನಿ ಪೂರ್ಣಿಮಾ, ಚಿನ್ಮಯ್ ಎಂಬ ಮಗನ ಜೊತೆ ಇವರು ಸುಖೀ ಸಂಸಾರ ನಡೆಸುತ್ತಿದ್ದಾರೆ. ಹೀಗೆ ಅನೇಕ ಸಾಧನೆಗಳನ್ನು ಮಾಡಿರುವ ಕರ್ನಾಟಕ ವೀರ ಸೈನಿಕ ಗೋವಿಂದರಾಜು ಅವರಿಗೆ ನಮ್ಮ ಕಡೆಯಿಂದ ಒಂದು ನಮನ.

ಗಿನ್ನಿಸ್ ಬುಕ್ ಆಫ್ ವರ್ಲ್ಡ್ ರೆಕಾರ್ಡ್ ನಲ್ಲೂ ಇದೆ ಇವರ ಹೆಸರು.

ಇವರ ಅತ್ಯುತ್ತಮ ಸಾಧನೆಯೆಂದರೆ, ಇವರು ನಡೆಸಿದ ಸಾಹಸವೊಂದು ಗಿನ್ನಿಸ್ ಬುಕ್ ನಲ್ಲಿ ದಾಖಲೆಯಾಗಿದೆ. ಕೋರ್ ಆಫ್ ಸಿಗ್ನಲ್ ಡೇರ್ ಡೆವಿಲ್ಸ್ ತಂಡದವರು 1995, ಫೆಬ್ರುವರಿ 15 ರಂದು ಜಬಲ್ಪುರದ ಕೋಬ್ರಾ ಗ್ರೌಂಡ್ ನಲ್ಲಿ ಹನ್ನೊಂದು ಮೋಟಾರ್ ಸೈಕಲ್ ನಲ್ಲಿ 200 ಜನ ಸೈನಿಕರು ಪಿರಮಿಡ್ ಆಕೃತಿಯಲ್ಲಿ ನಿಂತು ನಡೆಸಿದ ಒಂದು ಸಾಹಸವು ಗಿನ್ನಿಸ್ ಬುಕ್ ನಲ್ಲಿ ದಾಖಲಾಗಿದೆ. ಈ ಮೂಲಕ ಗಿನ್ನಿಸ್ ಬುಕ್ ಆಫ್ ವರ್ಲ್ಡ್ ರೆಕಾರ್ಡ್ ನಲ್ಲಿ ಕೂಡ ಇವರ ಹೆಸರು ಇದೆ.

8

ಕರ್ನಾಟಕದ ವೀರಯೋಧ ಮೇಜರ್ ರಘುರಾಮ ರೆಡ್ಡಿ

ಮೇಜರ್ ರಘುರಾಮರೆಡ್ಡಿ - 1969 ರಲ್ಲಿ ಆನೇಕಲ್ ತಾಲೂಕಿನ ಮುತ್ತಾನಲ್ಲೂರು ಗ್ರಾಮದಲ್ಲಿ ಜನಿಸಿದರು. ಹಳ್ಳಿಯ ಸರ್ಕಾರೀ ಶಾಲೆಯಲ್ಲಿ ಆರನೇ ತರಗತಿಯಲ್ಲಿ ಓದುತ್ತಿದ್ದಾಗ ರಾಷ್ಟ್ರೀಯ ಸ್ವಯಂಸೇವಕ ಸಂಘ (ಆರ್.ಎಸ್.ಎಸ್) ಸೇರಿದ ಪರಿಣಾಮ ಇವರಲ್ಲಿ ದೇಶಭಕ್ತಿಯ ಅರಿವು ಚಿಕ್ಕಂದಿನಿಂದಲೇ ಜಾಗೃತವಾಯಿತು. ಆರ್.ಎಸ್.ಎಸ್. ಭಾಷಣಗಳು ಹಾಗು ಸಿದ್ಧಾಂತಗಳಿಂದ ಪ್ರಭಾವಿತರಾದ ಇವರು ಮುಂದೆ ಸೈನಿಕನೇ ಆಗಬೇಕೆಂದು ಪಣತೊಟ್ಟರು. ಸೈನಿಕನಾಗುವ ನಿಟ್ಟಿನಲ್ಲಿ, ಪಾಠಕ್ಕಿಂತ ಹೆಚ್ಚಾಗಿ ಕ್ರೀಡೆ, ಈಜು ಗಳು ಸೇರಿದಂತೆ ದೈಹಿಕ ಕಸರತ್ತನ್ನು ನಿರಂತರವಾಗಿ ಚಿಕ್ಕಂದಿನಿಂದಲೇ ಅಭ್ಯಾಸ ಮಾಡುತ್ತಲೇ ಹೋದರು. ಸ್ಕೌಟ್ಸ್ ಮತ್ತು ಗೈಡ್ಸ್ ಸೇರಿ ಹತ್ತನೇ ತರಗತಿಯಲ್ಲಿದ್ದಾಗಲೇ ರಾಷ್ಟ್ರಪತಿ ಪುರಸ್ಕಾರವನ್ನು ಪಡೆದರು. ಸರ್ಕಾರೀ ಶಾಲೆಯಲ್ಲಿ ಎಸ್ಸೆಸ್ಸೆಲ್ಸಿ ಮುಗಿಸಿ, ಪಿಯುಸಿ ವಿದ್ಯಾಭ್ಯಾಸಕ್ಕಾಗಿ ಬಿಜಾಪುರ ಜಿಲ್ಲೆಯ ಕೆ.ಸಿ.ಪಿ. ವಿಜ್ಞಾನ ಕಾಲೇಜಿಗೆ ಸೇರಿದರು. ವಿದ್ಯಾರ್ಥಿ ದೆಸೆಯಿಂದಲೂ ಭಾರತೀಯ ಸೇನೆ ಸೇರುವ ಒಲವಿದ್ದ ಇವರು, ಆದಕ್ಕೆ ಸಂಬಂಧಿಸಿದ ವಿವರಗಳನ್ನು ಕಾಲಕಾಲಕ್ಕೆ ಪಡೆದುಕೊಳ್ಳುತ್ತಲೇ ಇದ್ದರು. ಕಡೆಗೂ ಇವರು ಹಾಕಿದ ಅರ್ಜಿಗೆ, ಇವರನ್ನು ಸೇನೆಗೆ ಸೆಲೆಕ್ಟ್ ಮಾಡಿರುವುದಾಗಿ ಸೇನೆಯಿಂದ ಉತ್ತರ ಸಿಕ್ಕಿತ್ತು. ಏರ್ ಡಿಫೆನ್ಸ್ ಆರ್ಟಿಲರಿ ವಿಭಾಗಕ್ಕೆ ತಂತ್ರಜ್ಞರಾಗಿ

ಅತೀ ಚಿಕ್ಕ ವಯಸ್ಸಿನಲ್ಲಿಯೇ ನೇಮಕಗೊಳ್ಳುವುದರ ಮೂಲಕ ಭಾರತೀಯ ಸೇನೆಯ ಜೊತೆಗೆ ಇವರ ಜೀವನದ ಹೊಸ ಪಯಣ ಆರಂಭಗೊಳ್ಳುತ್ತದೆ. ಕೆಲಸ ಸಿಕ್ಕಿತು ಎಂದು ಅಷ್ಟಕ್ಕೇ ಸುಮ್ಮನೆ ಕುಳಿತುಕೊಳ್ಳಲು ಇವರಿಗೆ ಮನಸ್ಸಾಗಲಿಲ್ಲ. ಸೇನೆಯಲ್ಲಿ ಕೆಲಸ ಮಾಡುತ್ತಲೇ ಬಿ.ಎ. ಪರೀಕ್ಷೆಯನ್ನು ಕಟ್ಟಿ, ಡಿಗ್ರಿ ಪದವಿಯನ್ನೂ ಕೂಡ ಸಂಪಾದಿಸುತ್ತಾರೆ. ಡಿಗ್ರಿ ಮುಗಿದ ನಂತರ ಅಷ್ಟಕ್ಕೇ ಮುಗಿಯಿತು ಎಂದುಕೊಂಡಿರಾ? ಖಂಡಿತಾ ಇಲ್ಲ. ಮಿಲಿಟರಿಗೆ ಸಂಬಂಧಪಟ್ಟ ಕೆಲವು ಸ್ಪರ್ಧಾತ್ಮಕ ಪರೀಕ್ಷೆಗಳನ್ನು ಕೂಡ ಮುಗಿಸಿಕೊಳ್ಳುತ್ತಾರೆ. ಆಮೇಲೆ ಇಂಡಿಯನ್ ಮಿಲಿಟರಿ ಅಕಾಡೆಮಿಯಲ್ಲಿ ಸುಮಾರು ಒಂದೂವರೆ ವರ್ಷಗಳ ಕಾಲ ತರಬೇತಿಯನ್ನು ಪಡೆಯುತ್ತಾರೆ. ನಂತರ ರಜಪೂತ್ ರೆಜಿಮೆಂಟ್ ನಲ್ಲಿ ಅಧಿಕಾರಿಯಾಗಿ ನೇಮಕಗೊಳ್ಳುತ್ತಾರೆ. ಭಾರತದ ಬಹುತೇಕ ಎಲ್ಲ ಸೂಕ್ಷ್ಮ ಪ್ರದೇಶಗಳಲ್ಲಿ ಸೇವೆ ಸಲ್ಲಿಸಿ, ಹತ್ತಾರು ಆಪರೇಷನ್ ಗಳಲ್ಲಿ ಭಾಗವಹಿಸಿ, ನೂರಾರು ಭಯೋತ್ಪಾದಕರನ್ನು ಯಮಪುರಿಗೆ ಅಟ್ಟಿದ ಕೀರ್ತಿ ಇವರಿಗೆ ಸಲ್ಲುತ್ತದೆ. ಇವರ ನಿಷ್ಠೆ, ಸೇವಾಬದ್ಧತೆ, ಧೈರ್ಯ ಪರಾಕ್ರಮಗಳ ಫಲವಾಗಿ, ಹುದ್ದೆಗಳನ್ನು ಅಲಂಕರಿಸುತ್ತಲೇ ಹೋಗುತ್ತಾರೆ. ಕೇವಲ ಭಾರತವಷ್ಟೇ ಅಲ್ಲದೆ, ವಿಶ್ವಸಂಸ್ಥೆಯ ಅಂತಾರಾಷ್ಟ್ರೀಯ ಶಾಂತಿ ಸ್ಥಾಪನಾ ಪಡೆಯಲ್ಲಿ ಕೂಡ ಸೆಲೆಕ್ಟ್ ಆಗಿ ಆಫ್ರಿಕಾದ ದೇಶಗಳಲ್ಲೂ ಸೇವೆ ಸಲ್ಲಿಸಿದ ಕೀರ್ತಿ ಇವರದ್ದು.

ಹೀಗೆ ಭರ್ತಿ ಇಪ್ಪತ್ತನಾಲ್ಕು ವರ್ಷಗಳ ಕಾಲ ದೇಶವಿದೇಶಗಳಲ್ಲಿ ತಮ್ಮ ಅಪರಿಮಿತ ಶೌರ್ಯ ಪರಾಕ್ರಮ ಮೆರೆದು, ಸಾಮಾನ್ಯಜನರ ಜೀವವನ್ನು ಕಾದಿದ್ದ ಇವರು, ಸ್ವಯಂ ನಿವೃತ್ತಿ ಹೊಂದಿ, ಬೆಂಗಳೂರಿಗೆ ಹಿಂದಿರುಗಿ ಬಂದು ಪ್ರಸ್ತುತ ತಮ್ಮ ಕುಟುಂಬದ ಜೊತೆ ಜೀವನ ಸಾಗಿಸುತ್ತಿದ್ದಾರೆ. ಸೇನೆಯಿಂದ ಅಧಿಕೃತವಾಗಿ ನಿವೃತ್ತರಾಗಿ ಬಂದಿದ್ದಾರಷ್ಟೇ ಆಗಲಿ, ಸೇನೆಯ ಜೊತೆಗಿನ ಭಾವನಾತ್ಮಕ ಸಂಬಂಧ ಇಂದಿಗೂ ಹಾಗೆಯೇ ಇದೆ. ಉತ್ಸಾಹಿ ಯುವಕರ ತಂಡಗಳನ್ನು ಕಟ್ಟಿಕೊಂಡು, ಅನೇಕ ಸಾಮಾಜಿಕ ಕಾರ್ಯಗಳನ್ನು ನಿರಂತರವಾಗಿ ಮಾಡುತ್ತಲೇ ಇದ್ದಾರೆ. ದೂರದ ಗಡಿಗಳಲ್ಲಿ ಸೇವೆ ಸಲ್ಲಿಸುತ್ತಿರುವ ಯೋಧರ ಕುಟುಂಬಗಳ ಕಷ್ಟಗಳಿಗೆ ನೆರವಾಗುವ, ಸೇನೆ ಸೇರಬೇಕೆಂದು ಬಯಸುವ ಯುವಕರಿಗೆ ಉಚಿತವಾಗಿ ಮಾರ್ಗದರ್ಶನ ಮಾಡುವ ರೀತಿಯ ಹತ್ತಾರು ಸಾಮಾಜಿಕ ಕಳಕಳಿಯ ಕೆಲಸಗಳನ್ನು ಇಂದಿಗೂ ಮಾಡುತ್ತಲೇ ಇದ್ದಾರೆ. ಇವರು ಸೇನೆಯಲ್ಲಿದ್ದಾಗ ಸಲ್ಲಿಸಿದ ಸೇವೆ, ನಿವೃತ್ತರಾದ ಮೇಲೆ ಮಾಡುತ್ತಿರುವ ಸಾಮಾಜಿಕ ಬದ್ಧತೆಯ ಕಾರ್ಯಗಳನ್ನು ಮೆಚ್ಚಿ, ಹಲವಾರು ಸಂಘಸಂಸ್ಥೆಗಳು, ಸರ್ಕಾರಗಳು, ಮಾಧ್ಯಮಗಳು ಇವರನ್ನು ಗೌರವಿಸಿ, ಅನೇಕ ಪ್ರಶಸ್ತಿಗಳನ್ನು

ನೀಡಿ ಗೌರವಿಸಿವೆ. ದೇಶದ ಯುವಕರಲ್ಲಿ ದೇಶಭಕ್ತಿ ಬಿತ್ತುವ ಹಾಗು ಭಾರತೀಯ ಸೇನೆ ಸೇರಲು ಒಲವು ಮೂಡಿಸುವ ನಿಟ್ಟಿನಲ್ಲಿ, ಜಮ್ಮುವಿನಿಂದ ಕೇರಳದವರೆಗೆ ಸೈಕಲ್ ರ್ಯಾಲಿ ನಡೆಸುವ ಯೋಜನೆಯ ನೀಲಿನಕ್ಷೆಯನ್ನು ಸಿದ್ಧಪಡಿಸುತ್ತಿದ್ದಾರೆ. ಕೊರೋನಾದ ಉಪಟಳ ಕಡಿಮೆಯಾದರೆ ಆದಷ್ಟು ಬೇಗನೆ ಅಂದರೆ ಈ ವರ್ಷಾಂತ್ಯ ಅಥವಾ ಮುಂದಿನ ವರ್ಷದ ಆರಂಭದ ವೇಳೆಯಲ್ಲಿ ಈ ಸೈಕಲ್ ರ್ಯಾಲಿ ಶುರುವಾಗುತ್ತದೆ. ಹೀಗೆ ಕಾಲಿಗೆ ಚಕ್ರ ಕಟ್ಟಿಕೊಂಡವರಂತೆ ನಿರಂತರವಾಗಿ ಸುತ್ತಾಡುತ್ತಾ, ದೇಶದ ಮುಂದಿನ ಪೀಳಿಗೆಗೆ ದೇಶಭಕ್ತಿಯ ಪಾಠ ಮಾಡುತ್ತಾ, ಸೈನ್ಯ ಸೇರಲು ಅವರಲ್ಲಿ ಹುರುಪು ತುಂಬುತ್ತಾ ಭಾರತಾಂಬೆಯ ಸೇವೆಯನ್ನು ಮಾಡುತ್ತಿರುವ ಮೇಜರ್ ರಘುರಾಮ ರೆಡ್ಡಿಯವರು ನಿಜವಾಗಿಯೂ ಇಂದಿನ ಯುವಕರಿಗೆ ಮಾದರಿ. ಇಂತಹ ದೇಶಭಕ್ತರ ಸಂಖ್ಯೆ ಸಾವಿರಾಗಲಿ, ಲಕ್ಷವಾಗಲಿ, ಕೋಟಿಯಾಗಲಿ... ಭಾರತಾಂಬೆಯ ಮಡಿಲಲ್ಲಿ ಇಂತಹ ನೂರಾರು ಯೋಧರು ಹುಟ್ಟುತ್ತಲೇ ಇರಲಿ ಎಂಬುದೇ ಪತ್ರಿಕೆಯ ಆಶಯ. ಜೈ ಹಿಂದ್.

ಆಪರೇಷನ್ ಪರಾಕ್ರಮ ಮತ್ತು ಆಪರೇಷನ್ ವಿಜಯ್

ಆಪರೇಷನ್ ಪರಾಕ್ರಮ ಮತ್ತು ಆಪರೇಷನ್ ವಿಜಯ್ ಎಂಬ ಎರಡು ಅತಿ ದೊಡ್ಡ ಯುದ್ಧಗಳೂ ಸೇರಿದಂತೆ ಹತ್ತಾರು ಆಪರೇಷನ್ ಗಳನ್ನೂ ಯಶಸ್ವಿಯಾಗಿ ನಿಭಾಯಿಸಿ, ದೇಶವನ್ನು ಕಾಪಾಡಿದವರು ಮೇಜರ್ ರಘುರಾಮ ರೆಡ್ಡಿಯವರು. 2002 ರಲ್ಲಿ ನಡೆದ ಒಂದು ಘಟನೆಯನ್ನು ಅವರು ಇಂದಿಗೂ ನೆನಪಿಸಿಕೊಳ್ಳುತ್ತಾರೆ. ಕಾಶ್ಮೀರದ ಹಳ್ಳಿಯೊಂದರಲ್ಲಿ ಒಂದಷ್ಟು ಜನ ಉಗ್ರಗಾಮಿಗಳು ಅವಿತಿರುವ ಖಚಿತ ಮಾಹಿತಿ ಇವರಿಗೆ ದೊರೆಯುತ್ತದೆ. ತಕ್ಷಣ ಕಾರ್ಯಪ್ರವೃತ್ತರಾದ ಇವರು ಮೂವತ್ತು ಸೈನಿಕರ ತಂಡವೊಂದನ್ನು ಕಟ್ಟಿಕೊಂಡು, ಆ ಉಗ್ರಗಾಮಿಗಳ ಬೇಟೆಗೆ ಹೊರಡುತ್ತಾರೆ. ಕಾಶ್ಮೀರ ಪೊಲೀಸ್ ಮತ್ತು ಒಂದಷ್ಟು ಸ್ಥಳೀಯರು ಕೂಡ ಇವರ ಜೊತೆ ಕೈಜೋಡಿಸಿ, ಇವರಿಗೆ ನೆರವಾಗುತ್ತಾರೆ. ಕಾಶ್ಮೀರದ ದುರ್ಗಮ ಕಣಿವೆಗಳ ಬಗ್ಗೆ ನೀವೆಲ್ಲಾ ಖಂಡಿತಾ ಕೇಳಿಯೇ ಇರುತ್ತೀರಿ. ಯಾವುದೇ ರೀತಿಯ ವಾಹನ ಸಂಚಾರವೂ ಸಾಧ್ಯವಿಲ್ಲದ ಹಳ್ಳಿ ಅದಾಗಿದ್ದು, ಹದಿನೆಂಟು ಕಿಲೋಮೀಟರ್ ದೂರವನ್ನು ಕಾಲ್ನಡಿಗೆಯಲ್ಲಿಯೇ ಕ್ರಮಿಸಿ ಸಾಗಬೇಕಾದ ಅನಿವಾರ್ಯ ಪರಿಸ್ಥಿತಿಯಲ್ಲಿ ಅವರಿದ್ದರು. ಆದರೂ ಹಠ ಬಿಡದೆ ಮಾನಸಿಕವಾಗಿ ತಾನೂ ಸಿದ್ಧವಾಗಿ, ತನ್ನ ತಂಡವನ್ನೂ ಮಾನಸಿಕವಾಗಿ ಸಿದ್ಧಗೊಳಿಸಿ, ಮುಂದಿಟ್ಟ ಹೆಜ್ಜೆಯನ್ನು ಹಿಂದೆಗೆಯದಂತೆ ಹದಿನೆಂಟು ಕಿಲೋಮೀಟರ್ ದೂರವನ್ನು ನಡೆದೇ ಸಾಗಿ, ಕಡೆಗೂ ಆ ಉಗ್ರರು ಅವಿತಿದ್ದರೆನ್ನಲಾದ ಹಳ್ಳಿಗೆ ಬಂದು ಸೇರಿದಾಗ, ಇವರಿಗೆ ಬಂದಿದ್ದ ಮಾಹಿತಿ

ನಿಜವಾಗಿತ್ತು. ಪಾಳುಬಿದ್ದ ಮನೆಯೊಂದರಲ್ಲಿ ಸುಮಾರು ಎಂಟು ಜನ ಉಗ್ರರು ಅಪಾರ ಪ್ರಮಾಣದ ಆಯುಧಗಳೊಡನೆ ಅಲ್ಲಿ ಅವಿತು ಕುಳಿತಿದ್ದರು. ಉಗ್ರರನ್ನು ಸೆದೆಬಡಿಯುವ ಜವಾಬ್ದಾರಿ ಒಂದಾದರೆ, ತನ್ನ ತಂಡದ ಯೋಧರಿಗೆ ಯಾವುದೇ ಪ್ರಾಣಾಪಾಯವಾಗದಂತೆ ಕಾಪಾಡುವ ಜವಾಬ್ದಾರಿ ಕೂಡ ಇವರ ಹೆಗಲ ಮೇಲಿತ್ತು. ನಿಖರವಾಗಿ ಗುರಿಯಿಟ್ಟು ಹೊಡೆದು, ಉಗ್ರರನ್ನು ಧ್ವಂಸಗೊಳಿಸಬೇಕು. ಒಂದುವೇಳೆ ಉಗ್ರರು ತಪ್ಪಿಸಿಕೊಂಡರೆ ಬಹಳ ಕಷ್ಟ. ಕಾರಣವಿಷ್ಟೇ - ಅಲ್ಲಿಂದ ಸುಮಾರು ಅರ್ಧ ಕಿಲೋಮೀಟರ್ ದೂರದಲ್ಲೇ ದಟ್ಟ ಕಾಡು. ಆ ಕಾಡಿನ ಒಳಗೆ ಉಗ್ರರು ಹೋಗಿ ಅವಿತರಾದರೆ ಇವರ ಆಪರೇಷನ್ ಇನ್ನಷ್ಟು ಕಷ್ಟ. ಭಾರತೀಯ ಯೋಧರ ತಂಡ ಆ ಪಾಳುಬಿದ್ದ ಮನೆಯೇನೆಂಬ ಉಗ್ರರ ಅಡಗುತಾಣದ ಸನಿಹ ಹೋಗುತ್ತಿದ್ದಂತೆ, ಏಕಾಏಕಿ ಉಗ್ರರು ಇವರೆಡೆಗೆ ಫೈರಿಂಗ್ ಆರಂಭಿಸುತ್ತಾರೆ. ಉಗ್ರರನ್ನು ದಮನಮಾಡಿದ ಕಾರ್ಯ ಮುಗಿಸಿ ಬೀಗುವ ವೇಳೆಗೆ, ಇವರ ತಂಡದ ಸೈನಿಕರೊಬ್ಬರು ಗಾಯಾಳುವಾಗಿದ್ದರು. ಯಾವುದೇ ವಾಹನ ಸೌಕರ್ಯವಿಲ್ಲ, ಪ್ರತಿಕೂಲ ಹವಾಮಾನದಿಂದಾಗಿ ಹೆಲಿಕಾಪ್ಟರ್ ಕೂಡ ಬರಲಾಗದ ಅನಿವಾರ್ಯ ಪರಿಸ್ಥಿತಿ ಒಂದೆಡೆಯಾದರೆ ಹಿಮಪಾತ ಮತ್ತೊಂದೆಡೆ. ಇಂತಹ ವೇಳೆಯಲ್ಲಿ ಗಾಯಾಳುವಾಗಿದ್ದ ಆ ಸೈನಿಕನನ್ನು ತಮ್ಮ ಹೆಗಲ ಮೇಲೆ ಹೊತ್ತು, ಎಂಟು ಕಿಲೋಮೀಟರ್ ಕ್ರಮಿಸಿ, ಚಿಕಿತ್ಸೆ ಕೊಡಿಸುತ್ತಾರೆ. ಹೀಗೆ ಒಂದಲ್ಲ ಎರಡಲ್ಲ ದೇಶದ ಉದ್ದಗಲಕ್ಕೂ, ನಿರಂತರ ಸಂಚರಿಸಿ, ಇಪ್ಪತ್ತನಾಲ್ಕು ವರ್ಷಗಳ ಕಾಲ ಶತ್ರುಗಳಿಗೆ ಸಿಂಹಸ್ವಪ್ನರಾಗಿ ಕಾಡಿದ್ದ ಕರ್ನಾಟಕ ಹೆಮ್ಮೆಯ ಯೋಧ ಇವರು. ಇವರ ಸೇವೆಯನ್ನು ಗುರ್ತಿಸಿದ ಚೀಫ್ ಆಫ್ ಆರ್ಮಿ ಯು ಚೀಫ್ ಆಫ್ ಆರ್ಮಿ ಕಮಾಂಡೇಷನ್ ಕಾರ್ಡ್ ನೀಡಿ ಇವರನ್ನು ಗೌರವಿಸಿದೆ.

9

ಕರ್ನಾಟಕದ ವೀರಯೋಧ ಸುಬೇದಾರ್ ನಾಗರಾಜು ಕೆ.

28/04/1956 ರಲ್ಲಿ ಮೀನಾಕ್ಷಮ್ಮ ಮತ್ತು ಕಾಮಯ್ಯನವರ ಎಂಟು ಮಕ್ಕಳಲ್ಲಿ ಕೊನೆಯ ಮಗನಾಗಿ ಹುಟ್ಟಿದ ಸುಬೇದಾರ್ ನಾಗರಾಜು ಕೆ. ಇಂದಿನ ನಮ್ಮ ಯೋಧರಿಗೊಂದು ನಮನ ಅಂಕಣದ ಹೀರೋ. ಅತಿ ಬಡತನದ ಮನೆಯಲ್ಲಿ ಬೆಳೆದ ಇವರು ಉಪ್ಪಾರಹಳ್ಳಿ (ಈಗಿನ ವಸಂತನಗರ) ಯಲ್ಲಿ ತಮ್ಮ ಪ್ರಾಥಮಿಕ ವಿದ್ಯಾಭ್ಯಾಸವನ್ನು ಮುಗಿಸಿ, ನಂತರ ಮುನಿರೆಡ್ಡಿಪಾಳ್ಯದ ಶಾಲೆಯೊಂದರಲ್ಲಿ ಮಾಧ್ಯಮಿಕ ಶಿಕ್ಷಣವನ್ನು ಮುಗಿಸಿದರು. ನಂತರ ಮಲ್ಲೇಶ್ವರಂನ ಕಾರ್ಪೊರೇಷನ್ ಹೈಸ್ಕೂಲ್ ನಲ್ಲಿ ಪ್ರೌಢ ವಿದ್ಯಾಭ್ಯಾಸವನ್ನು ಮುಗಿಸಿದ ಬಳಿಕ ಏನಾದರೂ ಕೆಲಸ ಗಿಟ್ಟಿಸಿಕೊಂಡು, ಕಡು ಬಡತನದಲ್ಲಿರುವ ತಂದೆ ತಾಯಿಗೆ ಸಹಾಯ ಮಾಡುವ ಯೋಚನೆ ಮಾಡಿದರು. ಹತ್ತಾರು ಚಿಕ್ಕ ಪುಟ್ಟ ಕೆಲಸಗಳನ್ನು ಮಾಡಿ, ಐದೋ, ಹತ್ತೋ ಸಂಪಾದನೆ ಮಾಡುತ್ತಿದ್ದರಾದರೂ ಸೈನ್ಯಕ್ಕೆ ಸೇರಬೇಕೆಂಬ ಹಂಬಲ ಮನಸ್ಸಿನ ಒಂದು ಮೂಲೆಯಲ್ಲಿ ಸದಾಕಾಲ ಕಾಡುತ್ತಾ ಇತ್ತು.

ಸೈನ್ಯಕ್ಕೆ ಸೇರಬೇಕೆಂಬ ಇವರ ಬಯಕೆ ಜೀವನದ ಸಂಪಾದನೆಯ ದಾರಿಗಾಗಿ ಬಂದದ್ದಲ್ಲ. ಅದು ಚಿಕ್ಕಂದಿನಿಂದಲೂ ಇದ್ದ ಆಸೆ. ಈ ಆಸೆ ಇವರಲ್ಲಿ

ಬಲವಾಗಿ ಬೇರೂರಿದ ಹಿಂದೆ ಕೂಡ ಒಂದು ಇಂಟರೆಸ್ಟಿಂಗ್ ಸ್ಟೋರಿ ಇದೆ ಕೇಳಿ: ಇವರ ಅಪ್ಪ ಅಮ್ಮ ಇಬ್ಬರೂ ಆಗ ಬೆಂಗಳೂರಿನ ಅರಮನೆಯಲ್ಲಿ ಚಿಕ್ಕದಾದ ಕೆಲಸವೊಂದನ್ನು ಮಾಡುತ್ತಿದ್ದರು. ಇವರು ಕೂಡ ಆಗಾಗ ತನ್ನ ಅಪ್ಪ-ಅಮ್ಮನ ಜೊತೆ ಅರಮನೆಗೆ ಹೋಗಿ ಬರುತ್ತಿದ್ದರು. ಒಮ್ಮೆ ಇವರು ತನ್ನ ಅಮ್ಮನ ಜೊತೆ ಅರಮನೆಗೆ ಹೋಗಿದ್ದಾಗ ನಡೆದ ಘಟನೆ ಸೇನೆ ಸೇರಬೇಕೆಂಬ ಬಯಕೆಯ ಬೀಜವನ್ನು ಇವರಲ್ಲಿ ಬಿತ್ತಿತು. ಆಗ ಇವರ ವಯಸ್ಸು ಸುಮಾರು ಏಳು ವರ್ಷ. ಅಮ್ಮನ ಜೊತೆ ಒಮ್ಮೆ ಅರಮನೆಗೆ ಹೋದಾಗ ಮೈಸೂರು ಅರಸರು ಅರಮನೆಗೆ ಬಂದಿದ್ದರು. ಅರಸರು ಬಂದಿದ್ದರಾದ ಕಾರಣ ಅರಮನೆಯ ತುಂಬಾ ಉನ್ನತ ಭದ್ರತೆಯನ್ನು ಏರ್ಪಡಿಸಲಾಗಿತ್ತು. ಅರಮನೆಯನ್ನು ಕಾಯಲು ಎಲ್ಲೆಡೆ ಸೈನಿಕರು ನಿಯೋಜನೆಗೊಂಡಿದ್ದರು. ಆ ಸೈನಿಕರ ಅನುಮತಿಯಿಲ್ಲದೆ ಯಾರೂ ಅರಮನೆ ಒಳಗೆ ಹೋಗುವಂತಿಲ್ಲ. ಎಂತಹ ದೊಡ್ಡ ವ್ಯಕ್ತಿಯಾದರೂ ಸರಿಯೇ, ಈ ಸೈನಿಕರ ಅಪ್ಪಣೆ ಪಡೆದೇ ಒಳಗೆ ಹೋಗಬೇಕು. ಸೈನಿಕರ ಶಕ್ತಿ ಏನೆಂಬುದು ಪುಟ್ಟ ವಯಸ್ಸಿನ ಹುಡುಗನಿಗೆ ಆಗ ಅರ್ಥವಾಗತೊಡಗಿತು. ಆಗುವುದಾದರೆ ಮುಂದೊಂದು ದಿನ ನಾನು ಸೈನಿಕನೇ ಆಗಬೇಕೆಂದು ನಿರ್ಧರಿಸಿ, ಅರಮನೆಯನ್ನು ಕಾಯುತ್ತಿದ್ದ ಸೈನಿಕರೊಬ್ಬರ ಬಳಿಗೆ ಹೋಗಿ, "ನಾನು ಕೂಡ ನಿಮ್ಮಂತೆ ಸೈನಿಕನಾಗಬೇಕಾದರೆ ಏನು ಮಾಡಬೇಕು? ಯಾರನ್ನು ಕೇಳಿದರೆ ನನ್ನನ್ನು ಸೈನಿಕ ಮಾಡುತ್ತಾರೆ?" ಎಂದು ಕೇಳಿದರಂತೆ. ಈ ಪುಟ್ಟ ಹುಡುಗನ ಮಾತನ್ನು ಕೇಳಿ, ಸ್ವಲ್ಪ ನಗುತ್ತಲೇ " ನೀನಿನ್ನೂ ಪುಟ್ಟ ಹುಡುಗ ಕಣಪ್ಪಾ! ದೊಡ್ಡವನಾದ ಮೇಲೆ ನಿನಗೆ ಗೊತ್ತಾಗುತ್ತೆ. ಇವಾಗ ನಾನು ಅದೆಲ್ಲ ಹೇಳಿದರೂ ಅರ್ಥ ಮಾಡಿಕೊಳ್ಳುವ ವಯಸ್ಸು ನಿನ್ನದಲ್ಲ. ಆದರೂ ಇಷ್ಟು ಚಿಕ್ಕ ವಯಸ್ಸಿಗೆ ಸೈನಿಕನಾಗಬೇಕೆಂಬ ನಿನ್ನ ನಿರ್ಧಾರಕ್ಕೆ ಮೆಚ್ಚಿದೆ. ನಿನ್ನಲ್ಲಿ ಆ ಧೈರ್ಯ, ಕಿಚ್ಚು ಇದೆ. ಒಂದಲ್ಲ ಒಂದುದಿನ ಖಂಡಿತ ಸೈನಿಕ ಆಗುತ್ತೀಯ. ನನ್ನ ನಂಬು. ಈಗ ಬೇಡ ಹದಿನೆಂಟು ವರ್ಷದವನಾದಾಗ ನಿನಗೆ ತಿಳಿಯುತ್ತೆ ಸೈನಿಕನಾಗುವುದು ಹೇಗೆ ಎಂದು. ಈಗ ಹೋಗು" ಎಂದು ಬೆನ್ನು ತಟ್ಟಿ ಕಳಿಸಿದರಂತೆ. ನೀನು ಸೈನಿಕನಾಗುತ್ತೀಯ ಎಂದು ನಾನು ಹೇಳಿದ ಮಾತನ್ನು ಈ ಹುಡುಗ ಅಷ್ಟು ಸೀರಿಯಸ್ ಆಗಿ ತೆಗೆದುಕೊಳ್ಳುತ್ತಾನೆಂಬ ಕಲ್ಪನೆಯೂ ಕೂಡ ಆ ಸೈನಿಕನಿಗಿರಲಿಲ್ಲ. ಚಿಕ್ಕ ಹುಡುಗ. ಏನೋ ಸ್ವಲ್ಪ ಸಮಾಧಾನದ ಮಾತಾಡಿ ಕಳಿಸೋಣವೆಂದು ಆರೀತಿ ಹೇಳಿದ್ದನಷ್ಟೇ. ಆದರೆ ಈ ಹುಡುಗ ಅದನ್ನೇ ತಲೆಗೆ ಹಚ್ಚಿಕೊಂಡು ಯೋಚಿಸತೊಡಗಿದ. ಶಾಲೆಯಲ್ಲಿ ಓದುತ್ತಿದ್ದಾಗ ಕೂಡ ಇತಿಹಾಸ, ಸ್ವಾತಂತ್ರ್ಯ ಸಂಗ್ರಾಮ, ರಾಜರು, ಯುದ್ಧ - ಇವುಗಳನ್ನು ಹೇಳುವ ಇತಿಹಾಸದ

ಪಾಠ ಬಂತೆಂದರೆ ಖುಷಿ. ಆ ಪಾಠದಲ್ಲಿ ಬರುವ ಪ್ರತಿ ರಾಜನೂ, ಪ್ರತಿ ಸೈನಿಕನೂ ತಾನೇ ಆಗಿರುವಂತೆ ಊಹಿಸಿಕೊಳ್ಳುತ್ತಿದ್ದ. ಅಂತಹ ಹುಡುಗ ಎಸ್ಸೆಸ್ಸೆಲ್ಸಿ ಮುಗಿಯುತ್ತಿದ್ದಂತೆಯೇ ಅವರಿವರ ಕೈಕಾಲು ಹಿಡಿದು, ಸೈನ್ಯ ಸೇರುವ ಬಗೆಗಿನ ಮಾಹಿತಿಗಳನ್ನು ಕಲೆಹಾಕಿ ಅರ್ಜಿ ಗುಜರಾಯಿಸಿಯೇಬಿಟ್ಟ. ನೋಡ ನೋಡುತ್ತಿದ್ದಂತೆಯೇ ಇನ್ನೂ ಮೀಸೆಯೂ ಮೂಡಿರದ ಆ ಹುಡುಗ ಭಾರತೀಯ ಸೈನ್ಯಕ್ಕೆ ಸೆಲೆಕ್ಟ್ ಆಗಿಬಿಟ್ಟಿದ್ದ.

ಇವರು ಸೈನ್ಯಕ್ಕೆ ಸೇರುತ್ತಿರಲು ಮಾಡುತ್ತಿರುವ ಪ್ರಯತ್ನ ಮನೆಯಲ್ಲಿ ಯಾರಿಗೂ ಗೊತ್ತಿರಲಿಲ್ಲ. ಮನೆಯಲ್ಲಿ ಗೊತ್ತಾದರೆ ಸೈನ್ಯ ಸೇರಲು ಅಡ್ಡಿಪಡಿಸುವರೇನೋ ಎಂದು ಹೆದರಿ, ಕದ್ದು-ಮುಚ್ಚಿಯೇ ಇವಿಷ್ಟೂ ಕೆಲಸವನ್ನೂ ಮಾಡಿ, ಅರ್ಜಿ ಗುಜರಾಯಿಸಿದ್ದರು. ಕಡೆಗೆ ಸೈನ್ಯಕ್ಕೆ ಸೇರುವಂತೆ ಪತ್ರ ಬಂದಮೇಲೂ ಯಾರಿಗೂ ಹೇಳದೆಯೇ ಹೊರಟುಬಿಡಲು ಸಿದ್ಧರಾಗಿದ್ದರು. ಆದರೆ ಹೆತ್ತು-ಹೊತ್ತ ತಾಯಿಗೆ ಹೇಳದೇ ಹೋಗಲು ಮನಸ್ಸು ಬರಲಿಲ್ಲ. ಇನ್ನೇನು ಹೊರಡುವ ಕೆಲವು ಕ್ಷಣಗಳ ಮೊದಲು ಹೋಗಿ ತನ್ನ ತಾಯಿಯ ಕಾಲಿಗೆ ನಮಸ್ಕರಿಸಿ, "ನನಗೆ ಸೈನ್ಯಕ್ಕೆ ಸೇರಲು ಕರೆ ಬಂದಿದೆ. ನಿನಗೆ ಮಾತ್ರ ಹೇಳುತ್ತಿದ್ದೇನೆ. ಮನೆಯಲ್ಲಿ ಗೊತ್ತಾದರೆ ಅಷ್ಟು ದೂರ ಹೋಗಲು ಬಿಡುವುದಿಲ್ಲ. ದೇಶಸೇವೆ ಮಾಡಬೇಕೆಂಬುದು ನನ್ನ ಚಿಕ್ಕಂದಿನ ಆಸೆ. ದಯವಿಟ್ಟು ಕಳಿಸಿಕೊಡು. ನಾನು ಹೊರಡುವ ತನಕ ಈ ವಿಷಯವನ್ನು ಯಾರಿಗೂ ಹೇಳಬೇಡ" ಎಂದು ಹೇಳಿ, ತಾಯಿಯ ಆಶೀರ್ವಾದ ಪಡೆದರು. ಮಗನ ಈ ಧೈರ್ಯ, ದೇಶಭಕ್ತಿಯನ್ನು ಕಂಡ ತಾಯಿ, ರೈಲಿನಲ್ಲಿ ಊಟ ತಿಂಡಿಗೆ ಬೇಕಾದೀತು ಎಂದು ತಾನು ಕೂಡಿಟ್ಟಿದ್ದ ಒಂದೂಕಾಲು ರೂಪಾಯಿಯನ್ನು ಮಗನ ಕೈಗಿತ್ತು, ಆಶೀರ್ವದಿಸಿ ಕಳಿಸಿದರು. ಅಮ್ಮನ ಆಶೀರ್ವಾದವನ್ನು ಪಡೆದ ನಾಗರಾಜುರವರು ಸೀದಾ ಊಟಿಯ ವೆಲಿಂಗ್ಟನ್ ಕಡೆಗೆ ಹೋಗಲು ಸಿದ್ಧರಾಗಿ ನಿಂತರು. ಬೆಂಗಳೂರು ರೈಲ್ವೆ ನಿಲ್ದಾಣಕ್ಕೆ ಬಂದು ಸೀದಾ ಕೊಯಂಬತ್ತೂರು ಕಡೆಗೆ ಹೋಗುವ ಐ ಲ್ಯಾಂಡ್ ಎಕ್ಸ್ಪ್ರೆಸ್ ಬಂಡಿಯನ್ನು ಹತ್ತಿ ಕೂತರು. ಇವರ ಜೊತೆಗೆ ಇನ್ನೂ ಹದಿನೈದು ಜನ ಸೇನೆ ಸೇರಬೇಕೆಂಬ ಬಯಸುವ ಯುವಕರು ಕೂಡ ಜೊತೆಗಿದ್ದರು. ಆ ಹದಿನೈದು ಜನರೂ ಒಬ್ಬಬರೂ ಪರಿಚಯ ಮಾಡಿಕೊಂಡು ಆ ತಂಡಕ್ಕೆ ನಾಗರಾಜು ಅವರನ್ನೇ ಕ್ಯಾಪ್ಟನ್ ಆಗಿ ಆಯ್ಕೆ ಮಾಡಿ ತಮ್ಮ ಪ್ರಯಾಣ ಶುರು ಮಾಡಿದರು. ಆದರೆ ಕೊಯಂಬತ್ತೂರು ಸೇರುವ ವೇಳೆಗಾಗಲೇ ಆ ಹದಿನೈದೂ ಜನರ ನಿರ್ಧಾರ ಬದಲಾಗಿತ್ತು. ಸೈನ್ಯದ ಸಹವಾಸ ಬೇಡಪ್ಪಾ. ತುಂಬಾ ಕಷ್ಟಪಡಬೇಕಂತೆ. ನಮ್ಮ ಊರಿನಲ್ಲೇ ಯಾವುದೋ ವ್ಯಾಪಾರವೋ,

ಉದ್ಯೋಗವೋ ಮಾಡಿಕೊಂಡು ಇರೋಣವೆಂದು ಮನಸ್ಸು ಬದಲಾಯಿಸಿ ವಾಪಸ್ ಬೆಂಗಳೂರಿಗೆ ಬಂದುಬಿಟ್ಟಿದ್ದರು. ಆ ಹದಿನೈದು ಜನಗಳ ಪೈಕಿ ಕೊಯಂಬತ್ತೂರು ತಲುಪಿದ್ದು ನಾಗರಾಜು ಒಬ್ಬರೇ ಎಂಬುದು ವಿಶೇಷ. ಕೊಯಂಬತ್ತೂರಿನಿಂದ ಮೆಟ್ಟುಪಾಳ್ಯಮ್ ಗೆ ಇನ್ನೊಂದು ರೈಲು ಹಿಡಿದು, ಅಲ್ಲಿಂದ ಇನ್ನೊಂದು ರೈಲಿನಲ್ಲಿ ವೆಲಿಂಗ್ಟನ್ ತಲುಪಿದರು. ಆ ರೈಲು ವೆಲಿಂಗ್ಟನ್ ತಲುವುವ ವೇಳೆಗೆ ಅಲ್ಲಿ ಸೈನ್ಯದ ವಾಹನ ಸಿದ್ಧವಾಗಿತ್ತು. ಅದನ್ನತ್ತಿ ಸೀದಾ ಮಿಲಿಟರಿ ಕ್ಯಾಂಪಸ್ ಒಳಗೆ ಮೊದಲ ಬಾರಿ ಹೆಜ್ಜೆಯಿಟ್ಟು ಒಳಗೆ ಹೋದರು.

ಇವರ ಬಳಿಯಿದ್ದ ಒಂದೂಕಾಲು ರೂಪಾಯಿ ಯಾವಾಗಲೋ ಖರ್ಚಾಗಿತ್ತು. ಹೀಗಾಗಿ ಸುಮಾರು ಎರಡು ದಿನಗಳ ಕಾಲ ತಿನ್ನಲು ಏನೂ ಇಲ್ಲದೆ, ರೈಲಿನ ಕೊಳಾಯಿಯ ನೀರನ್ನು ಕುಡಿದೇ ವೆಲಿಂಗ್ಟನ್ ವರೆಗೂ ಪಯಣಿಸಿದ್ದರು. ವೆಲಿಂಗ್ಟನ್ ಮಿಲಿಟರಿ ಕ್ಯಾಂಪಸ್ ಸೇರಿದ ಒಡನೆ ತಿನ್ನಲು ಏನಾದರೂ ಸಿಗುವುದೇನೋ ಎಂದು ಹೋದರೆ, ಅಲ್ಲಿ ಊಟ ಸಿದ್ಧವಾಗಿತ್ತು. ಎರಡು ದಿನಗಳಿಂದ ನೀರು ಕುಡಿದೇ ಬದುಕಿದ್ದ ಜೀವಕ್ಕೆ ಅನ್ನ ಕಂಡೊಡನೇ ಹೋದ ಜೀವ ಬಂದಂತಾಯ್ತು. ಆದರೆ ಪೂಜಾರಿ ವರ ಕೊಡಬೇಕಲ್ಲ? "ಹೇ! ಹುಡುಗ.ಯಾರು ನೀನು? ಇಲ್ಲೇನು ಮಾಡುತ್ತಿದೀಯಾ?" ಎಂದು ಕೇಳಿದರು ಅಲ್ಲಿದ್ದ ಒಬ್ಬ ಹಿರಿಯ ಅಧಿಕಾರಿಯೊಬ್ಬರು. "ನಾನು ಹೊಸದಾಗಿ ಸೈನ್ಯಕ್ಕೆ ಸೇರಿದ್ದೇನೆ. ಹಸಿವಾಗಿದೆ. ತಿನ್ನಲು ಏನಾದರೂ ಸಿಗುತ್ತದಾ?" ಎಂದು ಆಸೆ ತುಂಬಿದ ಕಣ್ಣುಗಳಿಂದ ಇವರು ಆ ಅಧಿಕಾರಿಗೆ ಉತ್ತರವಿತ್ತರು. "ಒಹೋ! ಸೈನ್ಯ ಸೇರಿದ ತಕ್ಷಣ ಅಡಿಗೆಮನೆಗೆ ಬಂದಿದ್ದೀಯಾ? ಸೈನ್ಯದಲ್ಲಿ ಕೆಲಸ ಮೊದಲು. ನೋಡು, ಅಲ್ಲಿ ನಿಂತಿದೆಯಲ್ಲ? ಆ ಲಾರಿಯಲ್ಲಿನ ಸೌದೆಯನ್ನು ಅನ್ ಲೋಡ್ ಮಾಡಿ ಬಾ ಮೊದಲು. ಊಟ ಆಮೇಲೆ." ಎಂದರು. ಊಟವಿಲ್ಲದೆ ಕೃಶವಾಗಿದ್ದ ದೇಹ, ಆದರೂ ಹೋಗಿ ಇಪ್ಪತ್ತೇ ನಿಮಿಷದಲ್ಲಿ ಇಡೀ ಲಾರಿಯಲ್ಲಿದ್ದ ಸೌದೆಯನ್ನು ಅನ್ ಲೋಡ್ ಮಾಡಿ ಬಂದರಂತೆ. "ಬಹಳ ಗಟ್ಟಿಗ ಕಣಪ್ಪಾ ನೀನು. ಆರ್ಮಿಯಲ್ಲಿ ಖಂಡಿತಾ ಏನಾದರೂ ಸಾಧಿಸುತ್ತೀಯಾ. ಬಾ. ಊಟ ಮಾಡು" ಎಂದು ಹೊಟ್ಟೆ ತುಂಬಾ ಊಟವಿತ್ತರಂತೆ. ಹೀಗೆ ಶುರುವಾದ ಇವರ ಪಯಣ ಕೆಲವೇ ದಿನಗಳಲ್ಲಿ ಇವರನ್ನು ಭಾರತೀಯ ಆರ್ಮಿಯ ಸಕ್ಸಸ್ ಫುಲ್ ಸೈನಿಕನನ್ನಾಗಿಸುವಷ್ಟು ಎತ್ತರಕ್ಕೆ ಬೆಳೆಸಿತ್ತು.

ಒಂದು ವರ್ಷ ಕಾಲ ವೆಲಿಂಗ್ಟನ್ ನ ಮದ್ರಾಸ್ ರೆಜಿಮೆಂಟ್ ಸೆಂಟರ್ ನಲ್ಲಿ ಬೆಸ್ಟ್ ರಿಕ್ರೂಟ್ ಪ್ರಶಸ್ತಿಯೊಂದಿಗೆ ಟ್ರೈನಿಂಗ್ ಮುಗಿಸಿ, ತಮ್ಮ ಮೊದಲ ಪೋಸ್ಟಿಂಗ್ ಆಗಿ ನಾಗಾಲ್ಯಾಂಡ್ ಗೆ ಹೊರಟರು. ನಾಗಾಲ್ಯಾಂಡ್, ಮಿಜೋರಾಂ,

ಅರುಣಾಚಲ ಪ್ರದೇಶ ಗಳಂತಹ ಅತಿ ಸೂಕ್ಷ್ಮ ಪ್ರದೇಶಗಳ ಗಡಿ ಕಾಯ್ದು ದೇಶಸೇವೆ ಮಾಡಿದ ಕೀರ್ತಿ ಇವರದು. ನಂತರ ಕೋಲ್ಕತ್ತಾದ ಬ್ಯಾರಕ್ಪುರ್ ಗೆ ವರ್ಗವಾಯಿತು. ಅಲ್ಲಿ ಕೂಡ ಸುಮಾರು ಮೂರು ವರ್ಷ ಸೇವೆ ಸಲ್ಲಿಸಿದ ನಂತರ ಜಮ್ಮುವಿಗೆ ವರ್ಗವಾಯಿತು. ಪಾಕಿಸ್ತಾನದ ಗಡಿ ಕಾಯುವುದು ಎಂದರೆ ಗೊತ್ತಲ್ಲ? ಹೇಳುವುದೇ ಬೇಡ. ಮೈಯೆಲ್ಲಾ ಕಣ್ಣಾಗಿರಬೇಕು. ಕೆಲವರ್ಷಗಳ ಕಾಲ ಅಲ್ಲಿ ಸೇವೆ ಸಲ್ಲಿಸಿ, ನಂತರ ಬಬಿನ, ಗುರುದಾಸ್ಪುರ, ಅಮೃತ್ಸರದ ಆಪರೇಷನ್ ಬ್ಲೂ ಸ್ಟಾರ್, ರಾಜಸ್ಥಾನ್, ಲೇಹ್-ಲಡಾಖ್, ಗ್ಲೇಸಿಯರ್ ಗಳಲ್ಲಿ ಸೇವೆ ಸಲ್ಲಿಸಿದ ಬಳಿಕ ಮತ್ತೆ ನಾಗಾಲ್ಯಾಂಡ್ ಗೆ ವರ್ಗಾವಣೆಯಾಯಿತು. ಹೀಗೆ ಭಾರತದ ಉದ್ದಗಲಕ್ಕೂ ಸಂಚರಿಸಿ, ಭಾರತಮಾತೆಯ ಗಡಿಗಳನ್ನು ಕಾದಿರುವ ಕರ್ನಾಟಕದ ಹೆಮ್ಮೆಯ ಯೋಧ ನಮ್ಮ ನಾಗರಾಜ್.ಕೆ.

ಇವರ ಸೇವೆ ಇಷ್ಟಕ್ಕೇ ನಿಲ್ಲಲಿಲ್ಲ. ಆರ್ಮಿಯಲ್ಲಿ ಸೇವೆ ಸಲ್ಲಿಸುತ್ತಿದಾಗಲೇ ಒಂದಷ್ಟು ಕೋರ್ಸುಗಳನ್ನು ಮಾಡಿದರು. ಒಂದಷ್ಟು ಎಂದರೆ ಒಂದೆರಡಲ್ಲ. ಡ್ರಿಲ್ ಕೋರ್ಸ್, ಜಂಗಲ್ ವಾರ್ ಫೈರ್ ಕೋರ್ಸ್, ಸ್ನೋ ವಾರ್ ಫೈರ್ ಕೋರ್ಸ್, ಪಿ.ಟಿ ಕೋರ್ಸ್,ಕಮ್ಯಾಂಡೋ ಕೋರ್ಸ್ ಸೇರಿದಂತೆ ಅನೇಕ ಕೋರ್ಸುಗಳನ್ನು ಮಾಡಿ, ಅವುಗಳನ್ನು ಅತ್ಯುತ್ತಮ ಅಂಕಗಳಿಂದ ಮುಗಿಸಿ, ಟ್ರೈನರ್ ಆಗಿ ಭಡ್ತಿ ಹೊಂದುತ್ತಾರೆ. ಈ ರೀತಿಯಾಗಿ, ಸೈನ್ಯಕ್ಕೆ ಹೊಸದಾಗಿ ಸೇರುವ ಅಭ್ಯರ್ಥಿಗಳಿಗೆ ಟ್ರೈನಿಂಗ್ ನೀಡುವವರಾಗಿ ಮತ್ತೆ ಬೆಂಗಳೂರಿಗೆ ಪೋಸ್ಟಿಂಗ್ ಆಗಿ ಬಂದರು. ಬೆಂಗಳೂರಿಂದ ಮತ್ತೆ ಎಂ.ಆರ್.ಸಿ ವೆಲಿಂಗ್ಟನ್ ನಲ್ಲಿ ಟ್ರೈನರ್ ಆಗಿ ಸೇವೆ ಸಲ್ಲಿಸಿ 1999 ರಲ್ಲಿ ಸೇನೆಯಿಂದ ನಿವೃತ್ತರಾದರು.

ಪತ್ನಿ, ಒಬ್ಬ ಮಗ-ಸೊಸೆ, ಒಬ್ಬ ಮಗಳು-ಅಳಿಯ ರಿಂದ ಕೂಡಿರುವ ಸುಖೀ ಸಂಸಾರ ಇವರದು. ಇವರ ಇಡೀ ಕುಟುಂಬಕ್ಕೆ ಆ ದೇವರು ಆಯುರಾರೋಗ್ಯ ಯಶಸ್ಸನ್ನು ನೀಡಲೆಂದು ನಮ್ಮ ಹಾರೈಕೆ. ದೇಶದ ಉದ್ದಗಲವೂ ಸೇವೆಸಲ್ಲಿಸಿ, ದೇಶದ ರಕ್ಷಣೆ ಮಾಡಿರುವ ಇಂತಹ ಧೀರ ಯೋಧರೊಬ್ಬರು ನಮ್ಮ ನಾಡಿನಲ್ಲಿ ಹುಟ್ಟಿರುವುದೇ ನಮ್ಮ ಹೆಮ್ಮೆ. ಇಂತಹ ಅಪ್ರತಿಮ ಯೋಧ ನಾಗರಾಜು ಅವರಿಗೆ ಒಂದು ಹ್ಯಾಟ್ಸಾಫ್.

ಆಪರೇಷನ್ ಗಳ ಸರದಾರ:

ಇವರು ತಮ್ಮ ಇಡೀ ಮಿಲಿಟರಿಯ ಜೀವಿತಾವಧಿಯಲ್ಲಿ ಒಂದೇ ಕಡೆ ಎಂದಿಗೂ ನೆಲೆನಿಂತವರಲ್ಲ. ತಮ್ಮ ಕಾರ್ಯದಕ್ಷತೆಯ ಫಲವಾಗಿ ಸೂಕ್ಷ್ಮ-ಅತಿಸೂಕ್ಷ್ಮ ಪ್ರದೇಶಗಳಿಗೆ ವರ್ಗವಾಗುತ್ತಿದ್ದರು. ನಾಗಾಲ್ಯಾಂಡಿನ ಬಂಡುಕೋರರು,ಆಪರೇಶನ್ ಬ್ಲೂಸ್ಟಾರ್, ಆಪರೇಷನ್ ಹೊಸೆಪುರ್,

ಆಪರೇಷನ್ ಬ್ಯಾಟಲ್ ಐ, ಆಪರೇಷನ್ ಹಿಫಝುತ್, ಆಪರೇಷನ್ ಟ್ರೈಡೆಂಟ್ ಸೇರಿದಂತೆ ಹತ್ತಾರು ಆಪರೇಷನ್ ಗಳಲ್ಲಿ ಭಾಗಿಯಾಗಿದ್ದರು. ಸೇನೆಯಿಂದ ನಿವೃತ್ತಿಯ ಬಳಿಕ ಇನ್ಫೋಸಿಸ್ ನಲ್ಲಿ ಭದ್ರತೆಯ ಮೇಲ್ವಿಚಾರಣೆಯನ್ನು ವಹಿಸಿಕೊಂಡಿದ್ದರು. ಇನ್ಫೋಸಿಸ್ ನ ನಾರಾಯಣಮೂರ್ತಿ, ಸುಧಾಮೂರ್ತಿ, ಬ್ರಿಟನ್ ಮಾಜಿ ಪ್ರಧಾನಿ ಟೋನಿ ಬ್ಲೇರ್, ಅಟಲ್ ಬಿಹಾರಿ ವಾಜಪೇಯಿ, ಎಲ್.ಕೆ.ಅಡ್ವಾಣಿ, ಎಸ್.ಎಂ. ಕೃಷ್ಣ ಸೇರಿದಂತೆ ಅನೇಕ ಹೈ ಪ್ರೊಫೈಲ್ ವ್ಯಕ್ತಿಗಳ ಭದ್ರತೆಯ ನೇತೃತ್ವವನ್ನು ಇವರು ವಹಿಸಿದ್ದರು. ಇವರ ಸೇವೆಯನ್ನು ಮೆಚ್ಚಿ ಹತ್ತಾರು ಪ್ರಶಸ್ತಿಗಳು ಇವರನ್ನು ಹುಡುಕಿಕೊಂಡು ಬಂದಿವೆ.

10

ಗೆಲುವಿನ ಸರದಾರ ಕ್ಯಾಪ್ಟನ್ ಕೃಷ್ಣೇಗೌಡ

ಯೋಧರಿಗೊಂದು ನಮನ ಅಂಕಣದ ಇಂದಿನ ಸಂಚಿಕೆಯ ಹೀರೋ ಮಂಡ್ಯದ ಕೃಷ್ಣೇಗೌಡ್ರು. ಕನ್ನಡ ರಾಜ್ಯೋತ್ಸವವನ್ನು ಆಚರಿಸುತ್ತಿರುವ ಈ ಶುಭ ಸಮಯದಲ್ಲಿ ಈ ವೀರಯೋಧನ ಬಗ್ಗೆ ತಿಳಿಯುವ ಪುಣ್ಯ ನಮ್ಮದಾಗಲಿ. ಮಂಡ್ಯದ ಈ ಧೀರ ಸೈನಿಕ ಇಂಡಿಯಾ ತುಂಬಾ ಮನೆಮಾತುಗುವ ಎತ್ತರಕ್ಕೆ ಬೆಳೆದ ಕತೆಯೇ ವಿಶೇಷ. ಮಂಡ್ಯ ಎಂದರೆ ಯಾರಿಗೆ ತಾನೇ ಗೊತ್ತಿಲ್ಲ? ಇಡೀ ದೇಶಕ್ಕೇ ಸಕ್ಕರೆಯ ಸಿಹಿ ಹಂಚುವ ನಾಡು ನಮ್ಮ ಮಂಡ್ಯ. ಅಂತಹ ಮಂಡ್ಯ ಜಿಲ್ಲೆಯ ನಾಗಮಂಗಲ ತಾಲೂಕಿನ ಒಂದು ಚಿಕ್ಕ ಹಳ್ಳಿ - ದೊಡ್ಡೇನಹಳ್ಳಿ. ದೊಡ್ಡೇನಹಳ್ಳಿಯ ಕೆಂಪೇಗೌಡ ತಿಮ್ಮಾಜಮ್ಮ ದಂಪತಿಗಳಿಗೆ ಐದು ಜನ ಮಕ್ಕಳು. ಈ ಐದು ಜನರಲ್ಲಿ ಕಡೆಯವನಾದ ಈ ಬಾಲಕ ಮುಂದೊಂದು ದಿನ ದೇಶದ ಕೋಟ್ಯಂತರ ಜನರ ಪ್ರಾಣ ಕಾಪಾಡುವ ಧೀರ ಯೋಧನಾಗುತ್ತಾನೆ ಎಂಬುದು ಬಹುಶಃ ಆ ದಂಪತಿಗಳೂ ಊಹೆ ಮಾಡಿರಲಿಲ್ಲವೇನೋ. ಸರ್ಕಾರೀ ನೌಕರಿಯಲ್ಲಿದ್ದ ಕೆಂಪೇಗೌಡರು ತಮಗೆ ಬರುತ್ತಿದ್ದ ಚಿಕ್ಕ ಸಂಬಳದಲ್ಲಿ ಮನೆಯನ್ನು ಹೇಗೋ ನಿಭಾಯಿಸುತ್ತಿದ್ದರು. ಊರಿನ ಸರ್ಕಾರೀ ಶಾಲೆಯಲ್ಲಿ ತಮ್ಮ ಪ್ರಾಥಮಿಕ ಶಿಕ್ಷಣವನ್ನು ಮುಗಿಸಿದ ಕೃಷ್ಣೆ ಗೌಡರು ನಂತರ ತನ್ನ ಅಕ್ಕನ ಮನೆಯಲ್ಲಿದ್ದುಕೊಂಡು, ಸಣ್ಣ ಪುಟ್ಟ ಕೆಲಸ ಮಾಡಿಕೊಂಡು ಅಷ್ಟಿಷ್ಟು ಸಂಪಾದಿಸುತ್ತಾ, ಮನೆಗೂ ನೆರವಾಗಿ, ಇನ್ನೊಂದೆಡೆ ಶಾಲೆಯ ವಿದ್ಯಾಭ್ಯಾಸವನ್ನೂ ಸಾಗಿಸುತ್ತಾ ತಮ್ಮ ಎಸ್ಸೆಸ್ಸೆಲ್ಸಿ ವಿದ್ಯಾಭ್ಯಾಸವನ್ನು

ಮುಗಿಸಿದರು. ಹೇಗಾದರೂ ಒಂದು ಕೆಲಸ ಗಿಟ್ಟಿಸಿ ಒಂದಷ್ಟು ಹಣ ಸಂಪಾದಿಸಿ, ಅಪ್ಪ-ಅಮ್ಮನಿಗೆ ನೆರವಾಗಬೇಕು ಎಂಬ ಆಸೆ ಒಂದೆಡೆ. ಆದರೆ ಇನ್ನೊಂದಷ್ಟು ದಿನ ಕಷ್ಟಪಟ್ಟರೂ ಪರವಾಗಿಲ್ಲ. ಸೈನ್ಯವನ್ನೇ ಸೇರಿಬಿಡೋಣವೆಂಬ ಹಂಬಲ ಇನ್ನೊಂದೆಡೆ.

ಹೀಗಿರುವಾಗ ಸೈನ್ಯಕ್ಕೆ ಸೇರುವ ಅರ್ಜಿಯನ್ನು ತರಿಸಿ, ಅದನ್ನು ತುಂಬಿ ಕಳಿಸೇಬಿಟ್ಟರು. ದೈಹಿಕ ಪರೀಕ್ಷೆಗೆ ಕರೆ ಬಂದಾಗ ಹೋಗಿ ದೈಹಿಕ ಪರೀಕ್ಷೆಯನ್ನು ಸಹ ಕೊಟ್ಟರು. ಆದರೆ ಸೈನ್ಯ ಸೇರಬೇಕೆಂಬ ಇವರ ಆಸೆಗೆ ಆ ದೇವರು ತಣ್ಣೀರೆರೆಚಿದ್ದ. ಸೈನ್ಯಕ್ಕೆ ಸೇರಲು ಬೇಕಾದ ತೂಕ ಹಾಗು ಇನ್ನಿತರ ದೈಹಿಕ ಸಾಮರ್ಥ್ಯ ಇಲ್ಲವೆಂದು ಇವರನ್ನು ಅನೂತ್ತೀರ್ಣಗೊಳಿಸಲಾಯಿತು. ನಮ್ಮಂತಹವರಾಗಿದ್ದರೆ ಈ ಸೈನ್ಯದ ಸಹವಾಸವೇ ಬೇಡಪ್ಪ ಎಂದು ಯಾವುದೋ ಉದ್ಯೋಗವೋ, ವ್ಯಾಪಾರವೋ ಮಾಡುತ್ತಾ ಇದ್ದು ಬಿಡುತ್ತಿದ್ದೇವೇನೋ? ಆದರೆ ಮಿಲಿಟರಿ ಸೇರಬೇಕೆಂಬ ಆಸೆ ಕೇವಲ ಫ್ಯಾಷನ್ ಅಲ್ಲ, ಅದೊಂದು ಪ್ಯಾಶನ್. ಆದರೆ ಸೈನಿಕನೇ ಆಗಬೇಕೆಂಬ ಇವರ ಛಲದ ಮುಂದೆ ಬೆಟ್ಟದಷ್ಟು ಕಷ್ಟವೂ ಸಾಸಿವೆಯಷ್ಟು ಚಿಕ್ಕದೇ ಎಂಬಂತೆ ಕಾಣಿಸಹತ್ತಿತ್ತು. ಛಲ ಬಿಡದ ತ್ರಿವಿಕ್ರಮನಂತೆ ಇನ್ನಷ್ಟು ದೈಹಿಕ ಕಸರತ್ತುಗಳು, ವ್ಯಾಯಾಮಗಳನ್ನು ಮಾಡಿ ದೇಹವನ್ನು ದಂಡಿಸಿ, ಮತ್ತೆ ಎರಡನೇ ಬಾರಿಗೆ ದೈಹಿಕ ಸಾಮರ್ಥ್ಯ ಪರೀಕ್ಷೆಗೆ ಹಾಜರಾದರು. ಹಗಲು ಇರುಳೆನ್ನದೆ ವ್ಯಾಯಾಮ ಮಾಡಿ, ಕಷ್ಟ ಪಟ್ಟು ದೇಹವನ್ನು ದಂಡಿಸಿದ್ದ ಇವರ ಶ್ರಮ ಆ ದೇವರಿಗೆ ಕಾಣಿಸಿತು. ಇವರ ಶ್ರಮ ವ್ಯರ್ಥವಾಗಬಾರದೆಂದು ಆ ದೇವರು ಯೋಚಿಸಿದನೋ ಏನೋ. ಅಲ್ಲಿಂದಲೇ ತಥಾಸ್ತು ಎಂದು ಬಿಟ್ಟ. ಅಂತೂ ತಾವು ಆಸೆ ಪಟ್ಟಿದ್ದಂತೆ ಇವರು ಮಿಲಿಟರಿಯ ಸೈನಿಕನಾಗಿ ಆರ್ಮಿ ಕ್ಯಾಪ್ ಅನ್ನು ತಲೆಯ ಮೇಲೆ ಹಾಕಿಕೊಳ್ಳುವಂತೆ ಆದೇಶ ಕೈಸೇರಿತ್ತು.

ಅಂದಹಾಗೆ ಇಲ್ಲಿ ಹೇಳಲೇಬೇಕಾದ ಇನ್ನೊಂದು ವಿಷಯವೆಂದರೆ ಕೃಷ್ಣೇಗೌಡರು ಇವಿಷ್ಟನ್ನೂ ಮನೆಯಲ್ಲಿ ಯಾರಿಗೂ ಗೊತ್ತಾಗದಂತೆ ಕದ್ದು ಮುಚ್ಚಿಯೇ ಮಾಡುತ್ತಿದ್ದರು. ಸೈನ್ಯ ಸೇರುವ ಅಪ್ಪಾಯಿಂಟ್ಮೆಂಟ್ ಆರ್ಡರ್ ಕೈಗೆ ಬರುವ ತನಕ ಇವರು ಆರ್ಮಿ ಸೇರಲು ನಡೆಸುತ್ತಿರುವ ಪ್ರಯತ್ನ ಇವರಲ್ಲದೆ ಇನ್ನಾರಿಗೂ ಗೊತ್ತಿರಲಿಲ್ಲ. ಆರ್ಡರ್ ಕೈಗೆ ಬಂದ ಮೇಲಷ್ಟೇ ವಿಷಯವನ್ನು ಮನೆಯಲ್ಲಿ ತಿಳಿಸಿದರು. ಮೊದಮೊದಲು ಮನೆಯಲ್ಲಿ ಇದಕ್ಕೆ ವಿರೋಧ ವ್ಯಕ್ತವಾಯಿತಾದರೂ ಎಲ್ಲರ ಮನವೊಲಿಸಿ ಕಡೆಗೂ ಮಿಲಿಟರಿ ಸೇರಲೆಂದು 1976 ಜೂಲೈ ತಿಂಗಳಲ್ಲಿ ಮದ್ರಾಸ್ ರೆಜಿಮೆಂಟ್ ಸರ್ವಿಸ್ ವೆಲಿಂಗ್ಟನ್ ಕಡೆಗೆ

ಹೊರಟರು.

ಎಂ.ಆರ್.ಸಿ.ಯಲ್ಲಿ ಬರೋಬ್ಬರಿ ಒಂದು ವರ್ಷದ ಕಠಿಣ ಟ್ರೇನಿಂಗ ಅನ್ನು ಸಂತಸದಿಂದಲ್ಲೇ ಆಡುತ್ತಾ ಪಾಡುತ್ತಾ ಮುಗಿಸಿದರು. ಉನ್ನತ ಅಂಕಗಳೊಡನೆಯೇ ತಮ್ಮ ಟ್ರೇನಿಂಗ ಅನ್ನು ಮುಗಿಸಿದ ಬಳಿಕ ಮೊದಲ ಪೋಸ್ಟಿಂಗ್ ಗಾಗಿ ಈಶಾನ್ಯ ರಾಜ್ಯ ನಾಗಾಲ್ಯಾಂಡ್ ಕಡೆಗೆ ಹೊರಟರು. ಈಗಾಗಲೇ ಹೇಳಿದಂತೆ ಮಿಲಿಟರಿ ಅನ್ನುವುದು ಇವರಿಗೆ ಹೊಟ್ಟೆಪಾಡಿನ ಕೆಲಸ ಆಗಿರಲಿಲ್ಲ. ಇವರ ಪಾಲಿಗೆ ಅದೊಂದು ತಪಸ್ಸಾಗಿತ್ತು. ಇಷ್ಟಪಟ್ಟ ವಸ್ತು ದೊರೆತರೆ ಅದರಲ್ಲಿ ಸಿಗುವ ಆನಂದ ಎಷ್ಟು ಎಂದು ನಮಗೆಲ್ಲಾ ಗೊತ್ತೇ ಇದೆ. ವೃತ್ತಿ ಪ್ರವೃತ್ತಿ ಎರಡೂ ಒಂದೇ ಆದರೆ ಅದರ ಆನಂದವಂತೂ ಇನ್ನೂ ಡಬಲ್ ಆಗೋದು ಗ್ಯಾರೆಂಟಿ. ಕೃಷ್ಣೇಗೌಡರ ವಿಚಾರದಲ್ಲೂ ಹೀಗೆಯೇ ಆಯಿತು. ತಾನು ಇಷ್ಟಪಡುತ್ತಿದ್ದ ಕೆಲಸವೇ ಸಿಕ್ಕಮೇಲಂತೂ ಮೊದಲಿಗಿಂತ ಇನ್ನೂ ಹೆಚ್ಚು ಕಷ್ಟಪಡತೊಡಗಿದರು. ಸೈನ್ಯ ಸೇರಿ ಆಯಿತು. ಹೇಗೋ ಸಂಬಳ ಬರುತ್ತೆ ಜೀವನ ನಡೆಯುತ್ತೆ ಅನ್ನುವುದನ್ನು ಬಿಟ್ಟು ಇನ್ನೂ ಹೆಚ್ಚಿನದನ್ನು ಸಾಧಿಸಬೇಕೆಂಬ ಪಣತೊಟ್ಟರು. ಅದರಂತೆಯೇ ಹೊಸ ಹೊಸ ಕೋರ್ಸುಗಳನ್ನು ಮಾಡಹತ್ತಿದರು. ಅದರ ಪ್ರತಿಫಲವೆಂಬಂತೆ ಡ್ರಿಲ್ ಕೋರ್ಸ್, ಪ್ಲಟೂನ್ ಕಮಾಂಡರ್ ಕೋರ್ಸ್, ವೆಪನ್ ಕೋರ್ಸ್, ಆಂಟಿ-ಗೈಡೆಡ್ ಮಿಸೈಲ್ ಕೋರ್ಸ್ ಸೇರಿದಂತೆ ಹಲವಾರು ಕೋರ್ಸುಗಳು ಇವರ ಜೇಬಿನಲ್ಲಿ ತುಂಬುತ್ತಲೇ ಹೋದವು. ಅದರ ಪರಿಣಾಮ ಉನ್ನತ ಹಂತಕ್ಕೆ ಇವರಿಗೆ ಪ್ರಮೋಷನ್ ಸಿಗುತ್ತಲೇ ಹೋಯಿತು. ಕೆಲಸದ ಹುದ್ದೆಗೆ ಭಡ್ತಿ ದೊರೆಯುವುದರ ಜೊತೆಗೆ ಜವಾಬ್ದಾರಿ ಕೂಡ ಹೆಚ್ಚುತ್ತಲೇ ಹೋಯಿತು. ಇವರ ಪ್ರಮೋಷನ್ ಗ್ರಾಫ್ ಎಷ್ಟರಮಟ್ಟಿಗೆ ಹೋಯಿತೆಂದರೆ ಇವರಿಗೆ ಕ್ಯಾಪ್ಟನ್ ಆಗಿ ಭಡ್ತಿ ಸಿಗುವವರೆಗೆ ಒಂದೇಸಮನೆ ಮೇಲ್ಮುಖವಾಗಿಯೇ ಸಾಗಿತ್ತು.

ವಿಶ್ವದ ಕಠಿಣ ಯುದ್ಧಭೂಮಿಗಳಲ್ಲೊಂದಾದ ಗ್ಲೇಶಿಯರ್, ಲೇಹ್-ಲಡಾಖ್, ಡೆಹ್ರಾಡೂನ್, ಗುಜರಾತ್, ತ್ರಿಪುರ, ನಾಗಾಲ್ಯಾಂಡ್, ಅಂಡಮಾನ್-ನಿಕೋಬಾರ್, ಕೂಪ್ವಾರ ಸೇರಿದಂತೆ ದೇಶದ ಉದ್ದಗಲಕ್ಕೂ ಸಂಚರಿಸಿ ತಮ್ಮ ಸೇವೆಯನ್ನು ಸಲ್ಲಿಸಿದ್ದಾರೆ. ಅದೂ ಭರ್ತಿ ಮೂವತ್ತೆರಡು ವರ್ಷ. ತಮ್ಮ 32 ವರ್ಷದ ಸೇವೆಯ ಅವಧಿಯಲ್ಲಿ ಆಪರೇಷನ್ ಬ್ಲೂ ಸ್ಟಾರ್, ಆಪರೇಷನ್ ಮೇಘದೂತ್ 1 ಮತ್ತು 2, ಆಪರೇಷನ್ ರಕ್ಷಕ್, ಆಪರೇಷನ್ ಪರಾಕ್ರಮ ಸೇರಿದಂತೆ ಹತ್ತಾರು ಆಪರೇಷನ್ ಗಳಲ್ಲಿ ಭಾಗಿಯಾಗಿ ಜಯವನ್ನು ತಂದಿತ್ತ ಕೀರ್ತಿ ಇವರಿಗೆ ಸಲ್ಲಬೇಕು. ಇವರ ಉತ್ಸಾಹವನ್ನು ಕಂಡು ಇವರನ್ನು ಡ್ರಿಲ್

ಟ್ರೈನರ್ ಆಗಿ ಕೂಡ ಮಾಡಲಾಯಿತು. ಇಂಡಿಯನ್ ಮಿಲಿಟರಿ ಅಕಾಡೆಮಿಯಲ್ಲಿ ಡ್ರಿಲ್ ಟ್ರೈನರ್ ಆಗಿ ಸಲ್ಲಿಸಿದ ಇವರ ಸೇವೆಯನ್ನು ಕಂಡು ಇವರನ್ನು ನಮ್ಮ ನೆರೆಯ ರಾಷ್ಟ್ರ ಭೂತಾನ್ ಗೆ ಕಳಿಸಲಾಯಿತು. ಅಲ್ಲಿಯೂ ಕೂಡ ಡ್ರಿಲ್ ಟ್ರೈನರ್ ಆಗಿ ನೂರಾರು ಸೈನಿಕರನ್ನು ಕೆತ್ತಿದ ಶಿಲ್ಪಿ ನಮ್ಮ ಮಂಡ್ಯದ ಕೃಷ್ಣೇಗೌಡ ಎಂಬುದು ಕನ್ನಡಿಗರಾದ ನಮಗೆಲ್ಲ ಹೆಮ್ಮೆಯ ಸಂಗತಿ. ಇವರ ಟೀಮ್ ಟ್ರೋಫಿ ಇಲ್ಲದೆ ಎಂದೂ ವಾಪಾಸ್ ಬರುತ್ತಿದ್ದುದೇ ಇಲ್ಲವೆನ್ನುವಷ್ಟರ ಮಟ್ಟಿಗೆ ಇತ್ತು ಇವರು ಕೊಡುತ್ತಿದ್ದ ಟ್ರೇನಿಂಗ. ಹತ್ತಾರು ಪ್ರಶಸ್ತಿಗಳು ಇವರನ್ನು ಹುಡುಕಿಕೊಂಡು ನೇರ ಇವರ ಮನೆ ಬಾಗಿಲಿಗೇ ಬಂದಿದೆ.

2007 ರಲ್ಲಿ ಸೇನೆಯಿಂದ ನಿವೃತ್ತರಾದ ಬಳಿಕವೂ ಸುಮ್ಮನೆ ಮನೆಯಲ್ಲಿ ಕೂರದೆ ಪ್ರೈವೇಟ್ ಕಂಪನಿಯೊಂದರಲ್ಲಿ ಭದ್ರತಾ ವಿಭಾಗದ ಟ್ರೈನರ್ ಆಗಿ ಸುಮಾರು ವರ್ಷ ಸೇವೆ ಸಲ್ಲಿಸಿದ್ದಾರೆ. ಹೀಗೆ ಸುಮಾರು 32 ವರ್ಷ ಕಾಲ ಅಖಂಡ ಭಾರತದ ಸೇವೆ ಮಾಡಿದ ಈ ವೀರ ಯೋಧ ಈಗ ವಿಶ್ರಾಂತ ಜೀವನ ನಡೆಸುತ್ತಿದ್ದಾರೆ. ಸೈನಿಕರಿಗೆ ಸಂಬಂಧಿಸಿದ ಕೆಲವು ಕಾರ್ಯಕ್ರಮಗಳಿಗೆ ಹೋಗಿ, ಇಂದಿನ ಯುವಕರಲ್ಲಿ ದೇಶಭಕ್ತಿಯನ್ನು ಬಿತ್ತುವ ಕೆಲಸವನ್ನು ಇಂದಿಗೂ ಮಾಡುತ್ತಲೇ ಇದ್ದಾರೆ. ಇಂತಹ ವೀರಯೋಧನೊಬ್ಬನನ್ನು ಕರುಣಿಸಿದ ಮಂಡ್ಯಕ್ಕೆ ನಮ್ಮ ಥ್ಯಾಂಕ್ಸ್. ಇಂತಹ ಇನ್ನೂ ಸಾವಿರಾರು ಧೀರಯೋಧರು ಈ ಮಣ್ಣಿನಲಿ ಹುಟ್ಟಿ ಬರಲೆಂದು ಆಶಿಸುತ್ತಾ, ನಿಮಗೆಲ್ಲಾ ಕನ್ನಡ ರಾಜ್ಯೋತ್ಸವದ ಶುಭಾಶಯಗಳು.

ಗ್ಲೇಶಿಯರ್ ನ ವಿಶಿಷ್ಟ ಅನುಭವ

ಗ್ಲೇಶಿಯರ್ ನಲ್ಲಿದ್ದಾಗಿನ ಒಂದು ಅನುಭವವನ್ನು ಅವರು ಇಂದಿಗೂ ನೆನೆಸಿಕೊಂಡರೆ ಮೈ ಜುಮ್ಮೆನ್ನುತ್ತದೆ ಎನ್ನುತ್ತಾರೆ. ಗ್ಲೇಶಿಯರ್ ಬಗ್ಗೆ ಗೊತ್ತಿದ್ದವರಿಗೆ ಅದರ ಕಷ್ಟದ ಬಗ್ಗೆ ಹೇಳುವುದೇ ಬೇಡ. ಇಪ್ಪತ್ತು ಸಾವಿರಕ್ಕೂ ಹೆಚ್ಚು ಅಡಿ ಎತ್ತರದ ಹಿಮದ ಕಣಿವೆ ಅದು.ಮೈ ಎಲ್ಲಾ ಕಣ್ಣಾಗಿದ್ದರಷ್ಟೇ ಸಾಲದು. ಅತಿಯಾದ ಧೈರ್ಯ, ವಿಶ್ವಾಸ ಮತ್ತು ಕೊಂಚ ಅದೃಷ್ಟವೂ ಸಾಥ್ ಇರಬೇಕು. ಗ್ಲೇಶಿಯರ್ ನ ಸುಮಾರು ಇಪ್ಪತ್ತು ಸಾವಿರ ಎತ್ತರದ ಪೋಸ್ಟ್ ಒಂದಕ್ಕೆ ಇವರು ಹೋಗಿದ್ದಾಗ ನಡೆದ ಘಟನೆ ಇದು. ಸಾಮಾನ್ಯವಾಗಿ ಅಲ್ಲಿಗೆ ಹೋಗುವಾಗ ನಾಲ್ಕು ಜನ ಸೈನಿಕರ ತಂಡವನ್ನಾಗಿ ಮಾಡಿ ಸೊಂಟಕ್ಕೆ ಹಗ್ಗ ಬಿಗಿದು ನಿಧಾನವಾಗಿ ಸಾಗಬೇಕು. ಸ್ವಲ್ಪ ಕಾಲು ಜಾರಿದರೂ ನೇರ ಪ್ರಪಾತಕ್ಕೆ ಪಯಣ. ಹೀಗೆ ನಾಲ್ಕು ಜನರಿದ್ದ ಎರಡು ತಂಡಗಳು ಅಂದರೆ ಒಟ್ಟಿಗೆ ಎಂಟು ಜನ ಸೈನಿಕರು ಸಾಗುತ್ತಿದ್ದಾಗ ಒಂದು ತಂಡ ಇದ್ದಕ್ಕಿದ್ದಂತೆ ಆಯತಪ್ಪಿ ಬಿದ್ದುಬಿಟ್ಟರು.

ಆಮ್ಲಜನಕ ಕೊರತೆ ಬೇರೆ. ಹಾಗೂ ಹೀಗೂ ಹೆಡ್ ಕ್ವಾರ್ಟರ್ಸ್ ಗೆ ಸುದ್ದಿ ಮುಟ್ಟಿಸಿ ಹೆಲಿಕಾಪ್ಟರ್ ಒಂದನ್ನು ತರಿಸಿ ಅದರಲ್ಲಿ ಇವರನ್ನು ಆಸ್ಪತ್ರೆಗೆ ಸಾಗಿಸುವಂತೆ ವ್ಯವಸ್ಥೆ ಮಾಡಿದರು. ಆ ನಾಲ್ಕು ಜನ ಸೈನಿಕರನ್ನೂ ಎತ್ತುವ ಕೆಲಸ ಇನ್ನುಳಿದವರು ಮಾಡತೊಡಗಿದರು. ರಾತ್ರಿ ಹನ್ನೆರಡಕ್ಕೆ ಶುರುವಾದ ಈ ಕೆಲಸ ಮುಗಿದದ್ದು ಬೆಳಿಗ್ಗೆ ನಾಲ್ಕರ ಆಸುಪಾಸಿಗೆ ಎಂದರೆ ಅದರ ಕಷ್ಟವನ್ನೊಮ್ಮೆ ಊಹಿಸಿ. ಆ ನಾಲ್ಕು ಜನರಲ್ಲಿ ಒಬ್ಬರು ಈಗಾಗಲೇ ಹುತಾತ್ಮರಾಗಿದ್ದರು. ಇನ್ನೊಬ್ಬರಿಗೆ ಏನೂ ಆಗದೆ ಆರೋಗ್ಯವಾಗಿದ್ದರು. ಆದರೆ ಇನ್ನುಳಿದ ಇಬ್ಬರ ಪರಿಸ್ಥಿತಿಯಂತೂ ಭೀಕರ. ಹಿಮದ ಪರಿಣಾಮ ಕಾಲು ಆಗಲೇ ಕಪ್ಪು ಬಣ್ಣಕ್ಕೆ ತಿರುಗಿತ್ತು. ಆಮ್ಲಜನಕ ಕಡಿಮೆಯಿದ್ದು ಉಸಿರಾಡಲು ಕಷ್ಟ ಪಡುತ್ತಿದ್ದರು. ಅವರ ಷೂ ಬಿಚ್ಚಿ ಕಾಲಿಗೆ ಒಂದಷ್ಟು ಪ್ರಥಮ ಚಿಕಿತ್ಸೆ ಕೊಟ್ಟು ಹೆಗಲ ಮೇಲೆ ಹೊತ್ತು ಹೆಲಿಪ್ಯಾಡ್ ವರೆಗೆ ಸಾಗಿಸಿದರಂತೆ. ಅಂತೂ ರಾತ್ರಿ ಹನ್ನೆರಡಕ್ಕೆ ಶುರುವಾದ ಈ ಕೆಲಸ ಬೆಳಿಗ್ಗೆ ಎಂಟಕ್ಕೆ ಮುಗಿದಿತ್ತು. ಇನ್ನೊಂದು ಬಾರಿ ಗ್ಲೇಶಿಯರ್ ನಲ್ಲಿ ಇದ್ದಾಗ ಸ್ವತಃ ಕೃಷ್ಣೆಗೌಡರಿಗೆ ಉಸಿರಾಟದ ಸಮಸ್ಯೆ ಆಗಿತ್ತಂತೆ. ಇವರ ಜೊತೆಯಲ್ಲಿದ್ದ ಇನ್ನೊಬ್ಬ ಸೈನಿಕ ತನ್ನ ಬಾಯಿಯಿಂದ ಗಾಳಿಯನ್ನು ಊದಿ ಇವರಿಗೆ ಜೀವದಾನ ಮಾಡಿದ್ದನ್ನು ಕೂಡ ನೆನೆಯುತ್ತಾರೆ. ಕೊರವ ಛಳಿಯ ಹಿಮಾಲಯದಲ್ಲಿ, ದಟ್ಟ ಕಾಡಿನ ಈಶಾನ್ಯ ಭಾರತದಲ್ಲಿ, ಸುಡುವ ಮರಳಿನ ರಾಜಸ್ಥಾನದ ಮರುಭೂಮಿಯಲ್ಲಿ ನಿತ್ಯ ಸಾವಿರಾರು ಸೈನಿಕರು ನಮಗಾಗಿ ಈ ಕಷ್ಟಗಳನ್ನು ಸಹಿಸಿಕೊಂಡು ನಮ್ಮನ್ನು ಕಾಪಾಡುತ್ತಿದ್ದಾರೆ. ಅಂತಹ ಎಲ್ಲಾ ಧೀರ ಯೋಧರಿಗೂ ನಮ್ಮ ಶತಕೋಟಿ ನಮನಗಳು. ಜೈಹಿಂದ್.

11

ಶೂಟಿಂಗ್ ನ ದೈತ್ಯ ಪ್ರತಿಭೆ ಹವಾಲ್ದಾರ್ ರವಿಚಂದ್ರ ಬಾಳೇಹೊಸೂರ್

ಯೋಧರಿಗೊಂದು ನಮನ ಅಂಕಣದ ಇಂದಿನ ಸಂಚಿಕೆ ಬಹಳ ಮಹತ್ವದ್ದು. ಕಾರಣವಿಷ್ಟೇ : ಸೈನ್ಯದಲ್ಲಿದ್ದು ಸೇವೆ ಸಲ್ಲಿಸಿ ಬಂದ ಬಳಿಕ, ಉಳಿಕೆಯಾದ ಹಣದಲ್ಲಿ ಮನೆಯೋ, ಜಮೀನೋ ತೆಗೆದುಕೊಂಡು ಸೆಟಲ್ ಆಗೋಣ ಎಂದು ಯೋಚಿಸುವುವರ ಮಧ್ಯೆ ವಿಶಿಷ್ಟವಾದ ನಿಲುವೊಂದನ್ನು ತೆಗೆದುಕೊಂಡು ನೂರಾರು ಯುವಕರಿಗೆ ಪ್ರೇರಣೆಯಾಗಿರುವ ಅತಿ ವಿಶಿಷ್ಟ ವ್ಯಕ್ತಿಯೊಬ್ಬರನ್ನು ನಾನೀಗ ನಿಮಗೆ ಪರಿಚಯಿಸಲಿದ್ದೇನೆ. ಅವರೇ ಹವಾಲ್ದಾರ್ ರವಿಚಂದ್ರ ಬಾಲೇಹೊಸೂರ.

ಹುಬ್ಬಳ್ಳಿಯ ಕುಸುಗಲ್ ಎಂಬ ಪುಟ್ಟ ಹಳ್ಳಿಯಲ್ಲಿ ಅತಿ ಸಾಮಾನ್ಯ ರೈತರ ಮನೆಯಲ್ಲಿ ಮಲ್ಲಪ್ಪ-ಲಕ್ಷ್ಮಮ್ಮ ದಂಪತಿಗಳಿಗೆ ಎರಡನೇ ಮಗನಾಗಿ ಹುಟ್ಟಿದ ರವಿಚಂದ್ರ ಬಾನೆತ್ತರಕ್ಕೆ ಬೆಳೆದು ನಿಂತ ಪರಿಯೇ ಅನನ್ಯ. ಬಡತನದಲ್ಲೇ ಬೆಳೆದು, ಊರಿನ ಶಾಲೆಯಲ್ಲಿ ಎಸ್ಸೆಸ್ಸೆಲ್ಸಿ ವರೆಗೆ ಓದಿದರು. ಕಾಲೇಜು ಓದಿಸುವಷ್ಟು ಶಕ್ತಿ ಮನೆಯಲ್ಲಿರಲಿಲ್ಲ. ಹಾಗಾಗಿ ಏನಾದರೂ ಕೆಲಸ ಸಿಗಬಹುದೇನೋ ಎಂದು ಹುಡುಕಿಕೊಂಡು ಹೊರಟರು. ಆಗಷ್ಟೇ ಇವರ ಊರಿನ ಮಾರ್ಗಕ್ಕೆ ವಿ.ಆರ್.ಎಲ್.

ಕಂಪನಿಯು ಹೊಸ ಬಸ್‌ಅನ್ನು ಬಿಟ್ಟಿದ್ದಾರೆಂದು ತಿಳಿದು, ಕ್ಲೀನರ್ ಕೆಲಸಕ್ಕೆ ಅರ್ಜಿ ಹಾಕಿದರು. ಹೀಗೆ ಎಸ್ಸೆಸ್ಸೆಲ್ಸಿ ಮುಗಿಸಿದ ಬಳಿಕ ವಿ.ಆರ್.ಎಲ್. ಬಸ್ಸಿನ ಕ್ಲೀನರ್ ಆಗಿ ತಮ್ಮ ಹೊಸ ಜೀವನವನ್ನು ಪ್ರಾರಂಭಿಸಿದ್ದರು. ಕ್ಲೀನರ್ ಕೆಲಸ ಮಾಡುತ್ತಲೇ ಸೇನೆ ಸೇರುವ ಪ್ರಯತ್ನಗಳನ್ನು ಮಾಡುತ್ತಲೇ ಇದ್ದರು. ಕಡೆಗೂ ಇವರ ಪ್ರಯತ್ನ ಫಲ ಕೊಟ್ಟಿತು. ಮದ್ರಾಸ್ ರೆಜಿಮೆಂಟ್ ಸೆಂಟರ್ ನ ಯೋಧರಾಗಿಯೇಬಿಟ್ಟರು. ಸೇನೆ ಸೇರಲು ಇವರು ಮಾಡಿದ್ದ ಪ್ರಯತ್ನ ಬರೋಬ್ಬರಿ ಮೂರುವರ್ಷ. ಸೇನೆ ಸೇರಲು ಬುಲಾವ್ ಬಂದಿದ್ದೇ ತಡ, ತಮ್ಮ ಮೂರು ವರ್ಷಗಳ ಕ್ಲೀನರ್ ಕೆಲಸಕ್ಕೆ ಗುಡ್ ಬೈ ಹೇಳಿ ಟ್ರೈನಿಂಗಿಗಾಗಿ ಮದ್ರಾಸ್ ರೆಜಿಮೆಂಟ್ ಸೆಂಟರ್, ವೆಲಿಂಗ್ಟನ್ ಕಡೆ ಪ್ರಯಾಣ ಬೆಳೆಸಿದರು. ಟ್ರೈನಿಂಗ್ ಅನ್ನು ಕೂಡ ಕೂಡ ಶ್ರದ್ಧೆ ಮತ್ತು ಶಿಸ್ತನ್ನು ನಿರಂತರವಾಗಿ ಕಾಪಾಡಿಕೊಂಡೇ ಮುಗಿಸಿದರು. ಇವರು ಸೇನೆಗೆ ಸೇರಿದ್ದು 1998 ರಲ್ಲಿ. ಬೆಸ್ಟ್ ರಿಕ್ರೂಟ್ ಪ್ರಶಸ್ತಿಯಿಂದಿಗೆ ಸುಮಾರು ಒಂದು ವರ್ಷದ ಅವಧಿಯ ಟ್ರೈನಿಂಗ್ ಅನ್ನು ಪೂರ್ಣಗೊಳಿಸಿದ್ದರು. ಟ್ರೈನಿಂಗ್ ಸಮಯದಿಂದಲೂ ಇವರಿಗೆ ಶೂಟಿಂಗ್ ನಲ್ಲಿ ಅಪಾರ ಆಸಕ್ತಿ. ಹಾಗಾಗಿ ಟ್ರೈನಿಂಗ್ ನಲ್ಲಿ ಹೇಳಿಕೊಡುವುದಕ್ಕಿಂತ ತುಸು ಹೆಚ್ಚಾಗಿಯೇ ಕಲಿತರು. ಹಗಲು-ರಾತ್ರಿ ದಣಿವರಿಯದ ನಿರಂತರ ಉತ್ಸಾಹ ಆ ಒಂದು ವರ್ಷದ ಅವಧಿಯಲ್ಲಿ ಇವರನ್ನು ಒಬ್ಬ ಅತ್ಯುತ್ತಮ ಶೂಟರ್ ನನ್ನಾಗಿಸಿತ್ತು.

ಕಾರ್ಗಿಲ್ ಯುದ್ಧಕ್ಕೂ ಇವರ ಅಳಿಸೇವೆ ಉಂಟು:

ಇವರ ಟ್ರೈನಿಂಗ್ ಮುಗಿಯುವ ಸಮಯಕ್ಕೆ ಸರಿಯಾಗಿ ಕಾರ್ಗಿಲ್ ನಲ್ಲಿ ಯುದ್ಧ ಆರಂಭವಾಗಿತ್ತು. ರಾಜಸ್ಥಾನ್ ನಲ್ಲಿರುವ ಮುನ್ಪಡೆ ತಂಡಕ್ಕೆ ಅಗತ್ಯ ಸಹಾಯ ಒದಗಿಸುವ ತಂಡದ ಸದಸ್ಯರಾಗಿ ಇವರನ್ನು ಗುಜರಾತ್ ರಾಜ್ಯದ ಜಾಮ್ ನಗರ್ ನಲ್ಲಿನ ಬೆಟಾಲಿಯನ್ ಗೆ ನಿಯೋಜಿಸಲಾಯಿತು. ಕಾರ್ಗಿಲ್ ಯುದ್ಧದ ಅಭೂತಪೂರ್ವ ವಿಜಯಕ್ಕೆ ಇವರ ಅಳಿಲು ಸೇವೆ ಕೂಡ ಸೇರಿತು. ಕಾರ್ಗಿಲ್ ಯುದ್ಧದ ಬಳಿಕ ಇವರಲ್ಲಿದ್ದ ಶೂಟರ್ ಎಂಬ ಪ್ರತಿಭೆ ಇನ್ನೂ ಹೆಚ್ಚು ಬೆಳಕಿಗೆ ಬಂತು. ಇವರು ಮತ್ತೆ ತಮ್ಮ ಶೂಟಿಂಗ್ ತರಬೇತಿಯನ್ನು ಮುಂದುವರೆಸಿದರು. ನಾಲ್ಕೈದು ವರ್ಷಗಳ ಬಳಿಕ ಮತ್ತೆ ಉತ್ತರಕರ್ನಾಟಕ ಜೋಳದ ರೊಟ್ಟಿ ತಿನ್ನುವ ಭಾಗ್ಯ ಇವರಿಗೆ ಒಲಿಯಿತು. ತರಬೇತಿಗಾಗಿ ಬೆಳಗಾವಿಗೆ ಬಂದು ತಮ್ಮ ಶೂಟಿಂಗ್ ಕೌಶಲ್ಯವನ್ನು ಇನ್ನಷ್ಟು ವೃದ್ಧಿಸಿಕೊಂಡರು. ಶೂಟಿಂಗ್ ತರಬೇತಿ ಮುಗಿದ ಬಳಿಕ ಉಗ್ರಗಾಮಿಗಳ ಉಪಟಳ ಹೆಚ್ಚಾಗಿದ್ದ ತಾಂಗ್ದಾರ್ ಸೆಕ್ಟರ್ ಗೆ ಇವರನ್ನು ನಿಯೋಜಿಸಲಾಯಿತು. ತಾಂಗ್ದಾರ್ ಸೆಕ್ಟರ್ ನಲ್ಲಿ ಆಗ ಉಗ್ರಗಾಮಿಗಳ ಉಪಟಳ ಮೇರೆ ಮೀರಿತ್ತು. ಅಲ್ಲಿದ್ದ ಕೆಲವು ಪ್ರದೇಶಗಳ ಮೂಲಕ

ಉಗ್ರಗಾಮಿಗಳು ನುಸುಳಿಕೊಂಡು ಭಾರತದೊಳಕ್ಕೆ ಬರುತ್ತಿದ್ದರು. ಅವರನ್ನು ಕ್ಷೇಮವಾಗಿ ದೇವರ ಬಳಿ ಸೇರಿಸುವ ಪವಿತ್ರ ಕೆಲಸಕ್ಕೆ ಇವರನ್ನು ನಿಯೋಜಿಸಲಾಯಿತು. ನುಸುಳಿಕೊಂಡು ಭಾರತದೊಳಕ್ಕೆ ಬರುತ್ತಿದ್ದ ಹತ್ತಾರು ಉಗ್ರರಿಗೆ ತಮ್ಮ ಬಂದೂಕಿನ ರುಚಿಯನ್ನು ತೋರಿಸಿದ್ದರು.

ಕ್ಲೀನರ್ ನಿಂದ ಸ್ನೈಪರ್ ವರೆಗೆ:

2001 ರಲ್ಲಿ ತರಬೇತಿ ಮುಗಿಸಿದ ಬಳಿಕ ಇವರನ್ನು ಕ್ಯು.ಆರ್.ಟಿ. (ಕ್ವಿಕ್ ರಿಯಾಕ್ಷನ್ ಟೀಮ್) ಗೆ ನಿಯೋಜಿಸಲಾಯಿತು. ಹೆಸರೇ ಹೇಳುವಂತೆ ಇದು ಅತಿ ಸೂಕ್ಷ್ಮ ಟೀಮ್. ಕೆಲವೇ ನಿಮಿಷಗಳು ಅಥವಾ ಗಂಟೆಗಳಲ್ಲಿ ಮುಗಿಸಬೇಕಾದಂತಹ ಅತಿ ಮುಖ್ಯ ಕೆಲಸಗಳಿಗೆ ಈ ತಂಡವನ್ನು ಕರೆಸುತ್ತಾರೆ. ಅಂತಹ ಟೀಮಿನಲ್ಲಿ ಸ್ನೈಪರ್ ಆಗಿ ಇವರು ನಿಯೋಜನೆಗೊಂಡರು. ಸ್ನೈಪರ್ ಅಂದರೆ ಶಾರ್ಪ್ ಶೂಟರ್ ಎಂದು ಅರ್ಥ. ನೂರು ಜನ ನಡುವೆ ನಿಂತಿರುವ ಒಬ್ಬ ಉಗ್ರನನ್ನು ಕಂಡುಹಿಡಿದು ಕರಾರುವಾಕ್ ಆಗಿ ಅವನಿಗೆ ಮಾತ್ರ ತಗುಲುವಂತೆ ಶೂಟ್ ಮಾಡುವುದರಲ್ಲಿ ಇವರು ಸಿದ್ಧಹಸ್ತರು. ಅಂತಹ ಸ್ನೈಪರ್ ಆಗಿ ದೇಶಸೇವೆ ಸಲ್ಲಿಸಿದವರು ನಮ್ಮ ಹುಬ್ಬಳ್ಳಿಯ ರವಿಚಂದ್ರ ಅವರು.

2003 ರಲ್ಲಿ ಇವರನ್ನು ಮಧ್ಯಪ್ರದೇಶಕ್ಕೆ ವರ್ಗಾಯಿಸಲಾಯಿತು. ನಂತರ ಅತಿ ಸೂಕ್ಷ್ಮ ಪ್ರದೇಶವಾದ ಅಸ್ಸಾಂ ನ ಚೀನಾ ಭಾಗದ ಗಡಿ ಪ್ರದೇಶ. ಹೀಗೆ ದೇಶದ ಅನೇಕ ರಾಜ್ಯಗಳಲ್ಲಿ ಸೇವೆ ಸಲ್ಲಿಸುತ್ತಾ ಬಂದರು. ನಂತರ ಶೂಟಿಂಗ್ ನಲ್ಲಿ ಇವರಿಗಿದ್ದ ವಿಶೇಷ ಪ್ರತಿಭೆಯನ್ನು ಗುರ್ತಿಸಿ ಇವರಿಗೆ ಘಾತಕ್ ಕೋರ್ಸ್ ಮಾಡುವಂತೆ ಸೂಚಿಸಲಾಯಿತು. ಘಾತಕ್ ಟೀಮ್ ಎಂದರೆ ಭಾರತೀಯ ಸೇನೆಯಲ್ಲಿರುವ ಅತಿ ಪ್ರಬಲ ಟೀಮುಗಳಲ್ಲಿ ಒಂದು. ಅತ್ಯಂತ ಕ್ಲಿಷ್ಟ ಪರಿಸ್ಥಿತಿಗಳನ್ನು ನಿಭಾಯಿಸಲು ಸದಾ ಸಿದ್ಧವಾಗಿರುವ ಟೀಮ್ - ಘಾತಕ್ ಟೀಮ್. ಅಂತಹ ಟೀಮಿನ ಸದಸ್ಯರಾಗಿ ದೇಶದ ಅನೇಕ ಭಾಗಗಳಲ್ಲಿ ಸೇವೆ ಸಲ್ಲಿಸುತ್ತಾ ಬಂದರು. ಇವರ ದೈತ್ಯ ಶೂಟಿಂಗ್ ಪ್ರತಿಭೆ ಎಷ್ಟಿತ್ತೆಂದರೆ ಆ ಪ್ರತಿಭೆಯನ್ನು ಗುರ್ತಿಸಿ ಇವರನ್ನು ಯುನೈಟೆಡ್ ನೇಷನ್ ಶಾಂತಿಪಾಲನಾ ತಂಡಕ್ಕೆ ಇವರನ್ನು ಬೆಟಾಲಿಯನ್ ಸದಸ್ಯರಾಗಿ ನಿಯೋಜಿಸಿ ಕಾಂಗೋ ದೇಶಕ್ಕೆ ಕಳಿಸಲಾಯಿತು. ಕಾಂಗೋದ ಅತ್ಯಂತ ಕಷ್ಟವಾದ ಕಾಡುಗಳಲ್ಲಿ ಸಹ ತಮ್ಮ ಸೇವೆ ಸಲ್ಲಿಸಿ ದೇಶಕ್ಕೆ ಕೀರ್ತಿ ತಂದರು.

ನಿವೃತ್ತಿಯ ಬಳಿಕವೂ ದೇಶಸೇವೆ:

ಹೀಗೆ ದೇಶ-ವಿದೇಶಗಳಲ್ಲಿ ತಮ್ಮ ಸೇವೆ ಸಲ್ಲಿಸಿ ಭಾರತಕ್ಕೆ ಕೀರ್ತಿ ತಂದ ಇವರು 2016 ರಲ್ಲಿ ಸೇನೆಯಿಂದ ಸ್ವಯಂ ನಿವೃತ್ತಿ ಪಡೆದರು. ನಿರಂತರ

ಯುದ್ಧಗಳಿಂದಾಗಿ ಇವರ ದೇಹ ಸ್ವಲ್ಪ ದಣಿದಿತ್ತು. ಮೊಣಕಾಲುಗಳು ಸವೆದು ಓಡಾಡಲು ಕಷ್ಟಪಡುವಂತಹ ಪರಿಸ್ಥಿತಿ ಇತ್ತು. ಸೇನೆಯಲ್ಲಿ ಮುಂದುವರೆಯುವ ಇಷ್ಟವಿದ್ದರೂ ಬಹುಶಃ ತಮ್ಮ ದೇಹ ಅದಕ್ಕೆ ಸಹಕರಿಸಲಾರದು ಎಂಬ ಸತ್ಯ ಅರಿವಾಗಿ, ಸ್ವಯಂ ನಿವೃತ್ತಿ ಪಡೆದು ತಮ್ಮ ಊರಾದ ಹುಬ್ಬಳ್ಳಿಗೆ ವಾಪಸ್ ಬಂದರು.

ಸೇನೆಯಿಂದ ನಿವೃತ್ತರಾಗಿ ಬಂದ ಮೇಲೆಯೇ ಇವರ ಅಸಲಿ ಕತೆ ಶುರುವಾಗುವುದು. ಮನೆಗೆ ಬಂದು ಆರಾಮಾಗಿ ಕಾಲಿನ ಮೇಲೆ ಕಾಲು ಹಾಕಿಕೊಂಡು ಕುಳಿತುಕೊಳ್ಳುವ ಮನಸ್ಸು ಇವರಿಗಾಗಲಿಲ್ಲ. ತಮ್ಮ ಮಿಲಿಟರಿಯ ಜೀವನದಲ್ಲಿ ಸಂಪಾದಿಸಿದ್ದ ಅಷ್ಟೂ ಹಣವನ್ನು ತಂದು ತಮ್ಮದೇ ಆದ ಸ್ವಂತ ಸಂಸ್ಥೆಯೊಂದನ್ನು ಹುಟ್ಟುಹಾಕಲು ಬಯಸಿದರು. ಒಂದಕ್ಕೆ ಎರಡು ಪಟ್ಟು ಲಾಭ ಬರುವ ವ್ಯಾಪಾರ ಪ್ರಾರಂಭಿಸಿರಬಹುದು ಎಂದು ನೀವು ಊಹೆ ಮಾಡಿದ್ದೀರಾದರೆ ಅದು ತಪ್ಪು. ಶೂಟಿಂಗ್ ಕಲಿಯಬಯಸುವ ಆಕಾಂಕ್ಷಿಗಳಿಗೆ ಅತ್ಯುತ್ತಮವಾದ ಶೂಟಿಂಗ್ ಕೋಚಿಂಗ್ ಸೆಂಟರ್ ಗಳು ಬೆಂಗಳೂರು ಹಾಗು ಮೈಸೂರಿನಲ್ಲಷ್ಟೇ ಇದ್ದವು. ಉತ್ತರ ಕರ್ನಾಟಕದವರಿಗೆ ಈ ಸೌಲಭ್ಯ ಇರಲಿಲ್ಲ. ಇದನ್ನು ಮನಗಂಡು ತಮ್ಮ ಇಡೀ ದುಡಿಮೆಯ ಹಣವನ್ನು ಸುರಿದು, ಉತ್ತರ ಕರ್ನಾಟಕ ಭಾಗದ ಯುವಕ ಯುವತಿಯರಿಗೆ ಶೂಟಿಂಗ್ ಹೇಳಿಕೊಡಲೆಂದೇ ಹುಬ್ಬಳ್ಳಿ ಸ್ಪೋರ್ಟ್ಸ್ ಶೂಟಿಂಗ್ ಅಕಾಡೆಮಿಯನ್ನು ಪ್ರಾರಂಭಿಸಿದರು. ಇವರ ಹಿರಿಯ ಅಣ್ಣ ಸೇರಿದಂತೆ ಕುಟುಂಬದ ಎಲ್ಲ ಸದಸ್ಯರು ಅಕಾಡೆಮಿ ಸ್ಥಾಪನೆಗೆ ಇವರಿಗೆ ಸಹಕಾರವನ್ನಿಟ್ಟಿದ್ದನ್ನು ಇಂದಿಗೂ ನೆನೆಯುತ್ತಾರೆ. ಸುಮಾರು ಮುನ್ನೂರು ಯುವಕರಿಗೆ ಇಲ್ಲಿಯವರೆಗೆ ಇವರ ಅಕಾಡೆಮಿಯಲ್ಲಿ ಟ್ರೈನಿಂಗ್ ಕೊಟ್ಟಿದ್ದಾರೆ. ಇವರಿಂದ ಸ್ಫೂರ್ತಿಗೊಂಡು ಹತ್ತಾರು ಮಂದಿ ಸೇನೆಯನ್ನು ಸೇರಿದ್ದಾರೆ. ಉತ್ತರ ಕರ್ನಾಟಕದ ಮಂದಿಗೆ ಸೇನೆ ಸೇರಲು ಬೇಕಾದ ಅಗತ್ಯ ಸೂಚನೆ/ಸಲಹೆಗಳನ್ನು ಇಂದಿಗೂ ಕೊಡುತ್ತಾ ತಮ್ಮ ದೇಶಸೇವೆಯನ್ನು ಮುಂದುವರೆಸಿದ್ದಾರೆ. ಬರೆಯುತ್ತಾ ಹೋದರೆ ಎಂದಿಗೂ ಮುಗಿಯದಷ್ಟು ಅನುಭವಗಳ ಆಗರ - ರವಿಚಂದ್ರ ಅವರು. ಅವರಿಗೆ ನಮ್ಮ ಕಡೆಯಿಂದ ಒಂದು ವಿಶೇಷ ಧನ್ಯವಾದ.

ಅಸಂಖ್ಯಾತ ಯುವಕರಿಗೆ ಮಾರ್ಗದರ್ಶಕ:

ಸೈನ್ಯಕ್ಕೆ ಸೇರಿದ ಮೊದಲ ದಿನದಿಂದಲೂ ಇವರಿಗೆ ಶೂಟಿಂಗ್ ನಲ್ಲಿ ಹೆಚ್ಚು ಆಸಕ್ತಿ. ಇವರ ಆಸಕ್ತಿಯನ್ನು ಮನಗಂಡು ಇವರಿಗೆ ಶೂಟಿಂಗ್ ನಲ್ಲಿ ಉನ್ನತ ಟ್ರೈನಿಂಗ್ ಕೂಡ ನೀಡಲಾಯಿತು. ಅದರ ಫಲವಾಗಿ ಇವರು ಭಾರತೀಯ ಸೇನೆಯ ಅತ್ಯುತ್ತಮ ಶೂಟರ್ ಗಳಲ್ಲಿ ಒಬ್ಬರಾದರು. ಇವರ ಶೂಟಿಂಗ್ ಕೌಶಲ್ಯ

ಕೇವಲ ಯುದ್ಧಭೂಮಿಯಲ್ಲಷ್ಟೇ ಅಲ್ಲದೆ, ಯುದ್ಧಭೂಮಿಯ ಆಚೆಗೂ ದೇಶಕ್ಕೆ ಉಪಕಾರಿಯಾಯಿತು. ಅನೇಕ ರಾಷ್ಟ್ರೀಯ ಹಾಗು ಅಂತರ ರಾಷ್ಟ್ರೀಯ ಶೂಟಿಂಗ್ ಸ್ಪರ್ಧೆಗಳಲ್ಲಿ ಪಾಲ್ಗೊಂಡು ಲೆಕ್ಕವಿಲ್ಲದಷ್ಟು ಮೆಡಲ್ ಗಳನ್ನೂ ಗೆದ್ದು ತಂದಿದ್ದಾರೆ. ನಿವೃತ್ತಿ ನಂತರ ಕೂಡ ತಮ್ಮದೇ ಆದ ಶೂಟಿಂಗ್ ತರಬೇತಿ ಕೇಂದ್ರವನ್ನು ಆರಂಭಿಸಿ ನೂರಾರು ಯುವಕರಿಗೆ ಶೂಟಿಂಗ್ ತರಬೇತಿ ಕೊಟ್ಟಿದ್ದಾರೆ. ಕೊಡುತ್ತಲೇ ಇದ್ದಾರೆ. ಖ್ಯಾತ ಶೂಟರ್ ರಾಜ್ಯವರ್ಧನ್ ರಾಥೋಡ್ ಸೇರಿದಂತೆ ಅನೇಕ ದಿಗ್ಗಜರ ಜೊತೆ ಇವರು ಕೆಲಸ ಮಾಡಿದ್ದಾರೆ. ವಿಕಲಾಂಗರಿಗೆ ಕೂಡ ಶೂಟಿಂಗ್ ಹೇಳಿಕೊಟ್ಟು, ರಾಷ್ಟ್ರೀಯ ಹಾಗು ಅಂತರ ರಾಷ್ಟ್ರೀಯ ಸ್ಪರ್ಧೆಗಳಲ್ಲಿ ಆ ವಿಕಲಾಂಗರು ಪಾಲ್ಗೊಂಡು ಪದಕಗಳನ್ನು ಗಳಿಸಿ ಕೀರ್ತಿ ತಂದಿದ್ದಾರೆ. 2019 ರಲ್ಲಿ ಜರ್ಮನಿ ಯಲ್ಲಿ ನಡೆದ ಅಂತರರಾಷ್ಟ್ರೀಯ ಶೂಟಿಂಗ್ ಸ್ಪರ್ಧೆಯಲ್ಲಿ ಪಾಲ್ಗೊಂಡಿದ್ದಾರೆ. ಇವರಿಂದ ಸ್ಫೂರ್ತಿಗೊಂಡು ಅದೆಷ್ಟೋ ಜನ ಸೇನೆಗೆ ಸೇರಿದ್ದಾರೆ. ಇವರ ಇಬ್ಬರು ಹೆಣ್ಣು ಮಕ್ಕಳು ಐಶ್ವರ್ಯ ಮತ್ತು ಕೀರ್ತಿ ಕೂಡ ಶೂಟಿಂಗ್ ನಲ್ಲಿ ಪ್ರತಿಭಾವಂತರೇ. ತಂದೆಯಂತೆಯೇ ಶೂಟಿಂಗ್ ನಲ್ಲಿ ತಮ್ಮ ಕೈಚಳಕ ತೋರಿಸುತ್ತಾ ರಾಷ್ಟ್ರೀಯ ಮಟ್ಟಕ್ಕೆ ಆಯ್ಕೆಯಾಗಿದ್ದಾರೆ.

12
ಬಾಗಲಕೋಟೆಯ ಹೆಮ್ಮೆಯ ಯೋಧ ಎಸ್. ಗೌಡರ್

ತಾನೂ ಸೇನೆ ಸೇರಿ ಸೇವೆ ಮಾಡಿ, ನಿವೃತ್ತಿಯಾದ ಬಳಿಕ ತನ್ನ ಮಕ್ಕಳಿಗೂ ಸೇನೆ ಸೇರುವ ಬಗ್ಗೆ ಅರಿವು ಮೂಡಿಸಿ, ಅವರಿಗೂ ವಿಶೇಷ ಟ್ರೈನಿಂಗ್ ಕೊಟ್ಟು, ಮಗಳನ್ನೂ ಸೇನೆ ಸೇರಿಸಿದ ಬಾಗಲಕೋಟೆಯ ಹೆಮ್ಮೆಯ ಯೋಧ ಎಸ್. ಗೌಡರ್ ನಮ್ಮ ಇಂಡಿಯಾ "ಯೋಧರಿಗೊಂದು ನಮನ" ಸಂಚಿಕೆಯ ಹೀರೋ. ಸೈನ್ಯದಲ್ಲಿ ಸೈನಿಕರು ಎಷ್ಟು ಮುಖ್ಯವೋ ತಾಂತ್ರಿಕ ವರ್ಗ ಕೂಡ ಅಷ್ಟೇ ಮುಖ್ಯ. ಸೈನಿಕರಿಗೆ ಅಡಿಗೆ ಮಾಡಿ ಬಡಿಸುವ ಭಟ್ಟರಿಂದ ಹಿಡಿದು ಅವರಿಗೆ ಶುಶ್ರೂಷೆ ಮಾಡುವ ವೈದ್ಯರವರೆಗೆ ಸೇನೆಯಲ್ಲಿರುವ ಪ್ರತಿಯೊಬ್ಬರೂ ಒಬ್ಬ ಯೋಧನೇ. ಯೋಧರು ಬಳಸುವ ವಾಹನಗಳು, ಯುದ್ಧಸಾಮಗ್ರಿಗಳು ಸೇರಿದಂತೆ ಕೆಟ್ಟು ನಿಂತ ವಸ್ತುಗಳನ್ನೆಲ್ಲ ರಿಪೇರಿ ಮಾಡಿ ಅದನ್ನು ಮತ್ತೆ ಯೋಧರ ಕೈಗೆ ಕೊಡುತ್ತಿದ್ದ ಗೌಡರ್ ಎಂಬ ಮಹಾಯೋಧ ಹುಟ್ಟಿದ್ದು ಬಾಗಲಕೋಟೆ ಜಿಲ್ಲೆಯಲ್ಲಿ. ಪುಲಿಕೇಶಿಯಂತಹ ಬಾದಾಮಿ ಚಾಲುಕ್ಯರು ಆಳಿದ ಮಣ್ಣು ಎಂದರೆ ಕೇಳಬೇಕೆ? ಈ ಮಣ್ಣಿನಲ್ಲಿ ಹುಟ್ಟಿದ ಮೇಲೆ ಧೈರ್ಯ, ಶೌರ್ಯವೆಂಬುದು ರಕ್ತಗತವಾಗಿಯೇ ಬಂದಿರುತ್ತದೆ. ಅಂತಹ ಬಾದಾಮಿ ತಾಲೂಕಿನ ಮುಷ್ಟಿಗಿರಿ ಎಂಬ ಪುಟ್ಟ ಗ್ರಾಮದ ಸಾಧಾರಣ ಕುಟುಂಬವೊಂದರಲ್ಲಿ ಹುಟ್ಟಿದ ಗೌಡರ್ ಇಂದು ಆ ಇಡೀ ಗ್ರಾಮಕ್ಕೆ ಒಂದು ಐಕಾನ್ ಆಗುವಷ್ಟು ಎತ್ತರಕ್ಕೆ ಬೆಳೆದಿದ್ದಾರೆ. ಇವರ ತಂದೆ ಸಾಲ್ಮನ್

ಮತ್ತು ತಾಯಿ ಮರಿಯಮ್ಮನವರಿಗೆ ಹನ್ನೊಂದು ಜನ ಮಕ್ಕಳು. ಆ ಹನ್ನೊಂದರಲ್ಲಿ ಎಸ್. ಗೌಡರ್ ಐದನೆಯವರು. ಬಡತನವೆಂಬ ಗುಮ್ಮನ ಜೊತೆಜೊತೆಗೇ ಇವರೂ ಬೆಳೆಯುತ್ತಾ ಸಾಗಿದರು. ಹಳ್ಳಿಯ ಸರ್ಕಾರೀ ಶಾಲೆಯಲ್ಲಿ ಕನ್ನಡ ಮಾಧ್ಯಮದಲ್ಲಿ ಐದನೇ ತರಗತಿ ವ್ಯಾಸಂಗ ಮುಗಿಸಿ, ಗದಗದ ಬೆಟಗೇರಿಯ ಶಾಲೆಗೆ ಆರನೇ ತರಗತಿಗೆ ಸೇರಿದರು. ಬಡತನದ ನಡುವೆಯೇ ಎಸ್ಸೆಸ್ಸೆಲ್ಸಿ ಮುಗಿಸಿ ಉಸ್ಸಪ್ಪ ಎಂದು ಉಸಿರು ಬಿಡುವಷ್ಟರಲ್ಲೇ ಇವರಿಗೇ ತಿಳಿಯದಂತೆ ಇವರ ಎದೆಯೊಳಗೆ ದೇಶಪ್ರೇಮವೆಂಬ ಸಸಿ ಬೆಳೆಯುತ್ತಿತ್ತು. ನೋಡನೋಡುತ್ತಿದ್ದಂತೆಯೇ ಆ ಸಸಿ ಹೆಮ್ಮರವಾಗಿ ಬೆಳೆದಿತ್ತು. ಅದಕ್ಕೊಂದು ಕಾರಣವೂ ಇದೆ. ಇವರ ಮಾವನವರು ಕೂಡ ಸ್ವಾತಂತ್ರ್ಯ ಹೋರಾಟಗಾರರು. ಮಹಾತ್ಮಗಾಂಧೀಜಿಯವರು ಕರ್ನಾಟಕಕ್ಕೆ ಬಂದಿದ್ದಾಗ ಅವರ ಜೊತೆ ಸ್ವಾತಂತ್ರ್ಯ ಚಳುವಳಿಯಲ್ಲಿ ಭಾಗವಹಿಸಿ ಸೆರೆವಾಸ ಅನುಭವಿಸಿದವರು. ಹಾಗಾಗಿ ಸಹಜವಾಗಿಯೇ ದೇಶಪ್ರೇಮ ಇವರಿಗೆ ರಕ್ತಗತವಾಗಿ ಬಂದಿತ್ತು. ಯಾವುದಾದರೂ ಸರಿಯೇ, ದೇಶಸೇವೆ ಮಾಡುವ ಅವಕಾಶವಿರುವ ಉದ್ಯೋಗವನ್ನಷ್ಟೇ ಮಾಡುತ್ತೇನೆಯೇ ವಿನಃ ಉದರ ನಿಮಿತ್ತವಾಗಿ ಹಣ ಸಂಪಾದನೆ ಮಾಡುವ ಉದ್ಯೋಗ ಅದೆಷ್ಟೇ ದೊಡ್ಡದಾದರೂ ಮಾಡಲಾರೆ ಎಂಬ ಗಟ್ಟಿ ನಿರ್ಧಾರ ಇವರಲ್ಲಿ ಮೂಡಿತ್ತು. ಕೆಲವು ಸ್ನೇಹಿತರು, ಹಿತೈಷಿಗಳು ಮಿಲಿಟರಿ ಸೇರುವ ಪ್ರಯತ್ನ ಮಾಡಬಾರದೇಕೆ? ಎಂಬ ಸಲಹೆ ಕೊಟ್ಟರು. ಅವರ ಸಲಹೆ ಸಿಕ್ಕಿದ್ದೇ ತಡ, ಮಿಲಿಟರಿ ಸೇರುವ ವಿಧಾನದ ಬಗ್ಗೆ ಅವರಿವರ ಕೈ ಕಾಲು ಹಿಡಿದು ಸಾಧ್ಯವಾದಷ್ಟು ಮಾಹಿತಿ ಸಂಗ್ರಹಿಸಿಬಿಟ್ಟರು. ಮಿಲಿಟರಿ ಸೇರಲು ದೇಹದಾರ್ಢ್ಯತೆ ಮುಖ್ಯ ಎಂದು ತಿಳಿದು ದೇಹವನ್ನು ದಂಡಿಸಿ, ಬಿಡುವಿನ ಸಮಯದಲ್ಲಿ ರನ್ನಿಂಗ್, ಜಂಪಿಂಗ್, ಸ್ವಿಮ್ಮಿಂಗ್ ಇವುಗಳನ್ನು ಅಭ್ಯಾಸ ಮಾಡಿ ದೇಹವನ್ನು ತಕ್ಕಮಟ್ಟಿಗೆ ಹತೋಟಿಗೆ ತಂದುಕೊಂಡರು. ತನಗೆ ದೊರೆತಿದ್ದ ಅಲ್ಪಸ್ವಲ್ಪ ಮಾಹಿತಿಗಳನ್ನೆಲ್ಲ ಒಟ್ಟುಗೂಡಿಸಿ, ಮಿಲಿಟರಿ ಸೇರುವ ಅಪ್ಲಿಕೇಶನ್ ಅನ್ನು ತುಂಬಿಸಿ ಕಳಿಸಿದ್ದರು. ಕೆಲವೇ ದಿನಗಳಲ್ಲಿ ಇವರಿಗೆ ದೇಹದಾರ್ಢ್ಯತೆ ಪರೀಕ್ಷೆಗೆ ಪತ್ರ ಬಂತು. ಪರೀಕ್ಷೆಯನ್ನೆಲ್ಲ ಉತ್ತಮ ಅಂಕಗಳ ಸಮೇತ ಮುಗಿಸಿದ ಬಳಿಕ ಇವರಲ್ಲಿದ್ದ ದೇಶಪ್ರೇಮ, ದೇಶಸೇವೆ ಮಾಡಬೇಕೆಂಬ ಅದಮ್ಯ ಬಯಕೆಗೆ ಮನಸೋತಿದ್ದ ಆ ದೇವರು ಯಾವಾಗಲೋ ಇವರಿಗೇ ತಥಾಸ್ತು ಎಂದುಬಿಟ್ಟಿದ್ದ. ಕೇವಲ ಈ ಪರೀಕ್ಷೆಗಳೆಲ್ಲ ಔಪಚಾರಿಕವಾಗಿತ್ತೇನೋ? ಕಡೆಗೂ ಇವರು ಒಬ್ಬ ಯೋಧನಾಗಿ ತನ್ನ ಆಸೆಯನ್ನು ಈಡೇರಿಸಿಕೊಂಡಿದ್ದರು.

1974 ಮಾರ್ಚ್ ತಿಂಗಳು ಇವರು ಹುಬ್ಬಳ್ಳಿಯಲ್ಲಿ ಸೇನೆಗೆ ಆಯ್ಕೆಯಾದರು. ಸೇನೆಗೆ ಆಯ್ಕೆಯಾದ ಬಳಿಕ ಮೊದಲ ಕೆಲಸವೇ ಕಠಿಣ ತರಬೇತಿ. ಅದರಂತೆಯೇ ಇವರನ್ನು ಮಧ್ಯಪ್ರದೇಶದ ಭೋಪಾಲ್ ಗೆ ತರಬೇತಿಗಾಗಿ ಕಳಿಸಿಕೊಟ್ಟರು. ಸುಮಾರು ಒಂದೂವರೆ ವರ್ಷಗಳ ಕಾಲ ನಡೆದ ಆ ತರಬೇತಿಯನ್ನು ಅವರು ಇಂದಿಗೂ ನೆನಪಿಸಿಕೊಳ್ಳುತ್ತಾರೆ. ಇವರನ್ನು ಮೆಕ್ಯಾನಿಕಲ್ ವಿಭಾಗಕ್ಕೆ ಸೇರಿಸಿ, ದೊಡ್ಡ ದೊಡ್ಡ ಮಿಲಿಟರಿ ಟ್ರಕ್ಕುಗಳು ಸೇರಿದಂತೆ ಕೆಟ್ಟು ನಿಂತ ಯಾವುದೇ ಆಯುಧಗಳನ್ನು ಸರಿಪಡಿಸುವ ವಿಶೇಷ ತಾಂತ್ರಿಕ ತರಬೇತಿಯನ್ನು ಇವರಿಗೆ ನೀಡಲಾಯಿತು. ಕೇವಲ ಒಂದೂವರೆ ವರ್ಷದ ಅವಧಿಯಲ್ಲಿ ಇವರು ಒಬ್ಬ ಪರಿಪೂರ್ಣ ತಂತ್ರಜ್ಞರಾಗಿ ರೂಪುಗೊಂಡಿದ್ದರು.

ಮಧ್ಯಪ್ರದೇಶದಲ್ಲಿ ಇವರಿಗೇ ಬೇಕಾಗಿದ್ದ ಟ್ರೈನಿಂಗ್ ಎಲ್ಲ ಮುಗಿದ ಮೇಲೆ ಇವರನ್ನು ನೇರ ಜೋಧ್ಪುರ್ ಗೆ ಪೋಸ್ಟಿಂಗ್ ಮಾಡಲಾಯಿತು. ಜೋಧ್ಪುರ್ ನಮಗೆಲ್ಲ ಗೊತ್ತಿರುವಂತೆಯೇ ರಾಜಸ್ಥಾನದ ಒಣಭೂಮಿಯ ನಗರ. ಇಲ್ಲಿನ ರಣಬಿಸಿಲು ಜಗತ್ಪ್ರಸಿದ್ಧಿ. ಬಾಗಲಕೋಟೆಯಂತಹ ಪರಿಸರದಲ್ಲಿ ಬೆಳೆದಿದ್ದ ಗೌಡರ್ ರಾಜಸ್ಥಾನದ ರಣಬಿಸಿಲಿಗೆ ಅಭ್ಯಾಸವಾದರು. ಯಾವುದೇ ಸಂದರ್ಭವಿರಲಿ, ಎಂತಹುದೇ ಪರಿಸ್ಥಿತಿಯಿರಲಿ, ಮಳೆಯಿರಲಿ, ಬಿಸಿಲಿರಲಿ, ಮಧ್ಯಾಹ್ನವಿರಲಿ, ಮಧ್ಯರಾತ್ರಿಯ ನಿದ್ದೆಯ ಸಮಯವಾಗಿರಲಿ, "ನೋ" ಎಂಬ ಮಾತು ಅವರ ಬಾಯಿಯಿಂದ ಹೊರಡಲೇ ಇಲ್ಲ. ಎಂತಹ ಪರಿಸ್ಥಿತಿಯಲ್ಲಿದ್ದರೂ ಕೆಟ್ಟು ನಿಂತ ಮಿಲಿಟರಿ ವಾಹನದ ರಿಪೇರಿಗೆ ಅಲ್ಲಿ ಪ್ರತ್ಯಕ್ಷವಾಗುತ್ತಿದ್ದರು. ತನ್ನ ಈ ಸೇವಾ ಮನೋಭಾವದಿಂದಲೇ ಎಲ್ಲರ ಮನಗೆದ್ದು ಸೈನ್ಯಕ್ಕೆ, ಅಧಿಕಾರಿಗಳಿಗೆ ಇನ್ನಷ್ಟು ಆಪ್ತರಾದರು. ನಂತರ ಇವರ ಪೋಸ್ಟಿಂಗ್ ನೇರ ಪಶ್ಚಿಮ ಬಂಗಾಳದ ಸಿಲಿಗುರಿಗೆ. ಬಾಂಗ್ಲಾ ಗಡಿಭಾಗವೆಂದಮೇಲೆ ಕೇಳಬೇಕೆ? ಯಾವ ಸಮಯ ಉಗ್ರರ ಅಕ್ರಮಣವಾಗುವುದೋ ಗೊತ್ತಿಲ್ಲ. ಅಂತಹ ಕಠಿಣ ಪರಿಸ್ಥಿತಿಯಲ್ಲೂ ಇವರು ತನ್ನ ಕರ್ತವ್ಯದಲ್ಲಿ ರಾಜಿ ಮಾಡಿಕೊಳ್ಳಲಿಲ್ಲ. ಇವರ ಸೇವಾ ಮನೋಭಾವ ಮನಗಂಡು ಇವರನ್ನು ದೈವಭೂಮಿ ಹರಿದ್ವಾರ-ಹೃಷಿಕೇಶ ಪ್ರದೇಶಕ್ಕೆ ವರ್ಗ ಮಾಡಲಾಯಿತು. ಅಲ್ಲಿಂದ ನೇರ - ಮೈನಡುಗುವ ಚಳಿಯನ್ನೇ ಹಾಸುಹೊದ್ದ, ನಮ್ಮಂಥ ಸಾಮಾನ್ಯರು ಹೆಸರು ಕೇಳಿದರೂ ಅಲ್ಲಿನ ಚಳಿಗೆ ಭಯಪಡುವಂತಹ ಲೇಹ್-ಲಡಾಖ್ ಗೆ ಪೋಸ್ಟಿಂಗ್ ಮಾಡಲಾಯಿತು. ಚಳಿಗಾಲದ ಸಮಯದಲ್ಲಿ ಇಲ್ಲಿನ ಉಷ್ಣಾಂಶ - 40 ಡಿಗ್ರಿ ವರೆಗೂ ಹೋಗುತ್ತದೆಯೆಂದರೆ ನಂಬಿ. ಒಂದು ತುಂಡು ಮಾಂಸವನ್ನು ಅಲ್ಲಿನ ಹಿಮದ ಮೇಲೆ ಹಾಕಿ, ಆರು ತಿಂಗಳ ನಂತರ

ಬಂದು ನೋಡಿದರೂ ಆ ಮಾಂಸ ಕೆಡದೆ ಹಾಗೇ ಇರುತ್ತದೆಯೆಂದರೆ ಅಲ್ಲಿನ ಜನಜೀವನವನ್ನೊಮ್ಮೆ ಊಹಿಸಿ. ಒಂದೆಡೆ ಮೈನಡುಗುವ ಚಳಿ. ಇನ್ನೊಂದೆಡೆ ಪಾಪಿಸ್ತಾನದ ಉಗ್ರರ ಕಾಟ. ಇಂತಹ ಪ್ರಸ್ಥಿತಿಯಲ್ಲೂ ಲೇಹ್ ನಿಂದ ಗ್ಲೇಶಿಯರ್ ನ ಪ್ರತಾಪ್ ಸೆಕ್ಟರ್ ವರೆಗೆ ಸುಮಾರು ಹತ್ತು-ಹನ್ನೆರಡುಗಂಟೆಗಳ ಅವಧಿಯ ಪ್ರಯಾಣವನ್ನಂತೂ ಊಹಿಸಿದರೇನೇ ನಮ್ಮ ಪ್ರಾಣಪಕ್ಷಿ ಹಾರಿಹೋದೀತು. ಅಂತಹ ಪರಿಸ್ಥಿತಿಯಲ್ಲಿ ಮಿಲಿಟರಿ ಟ್ರಕ್ ಒಂದು ಕೆಟ್ಟು ನಿಂತಿತೆಂದರೆ ಹೇಗಿರಬೇಡ? ಅಂತಹ ಪರಿಸ್ಥಿತಿಯನ್ನೂ ಸಮರ್ಥವಾಗಿ ಸುಮಾರು ಎರಡೂವರೆಗಿಂತ ಹೆಚ್ಚು ವರ್ಷ ನಿಭಾಯಿಸಿದ ಗಟ್ಟಿಗ ನಮ್ಮ ಈ ಬಾದಾಮಿಯ ಹೀರೋ.

1984 ರಲ್ಲಿ ಪಂಜಾಬ್ ನ ಗೋಲ್ಡನ್ ಟೆಂಪಲ್ ನ ಆಪರೇಷನ್ ಬ್ಲೂ ಸ್ಟಾರ್ ಬಗ್ಗೆ ಪ್ರತಿಯೊಬ್ಬ ಭಾರತೀಯನಿಗೂ ಖಂಡಿತಾ ಗೊತ್ತು. ಆ ಆಪರೇಷನ್ ನಲ್ಲಿ ಕೂಡ ಗೌಡರ್ ಭಾಗವಹಿಸಿದ್ದರು. ನಂತರ ಬೆಂಗಳೂರಿನ ದೊಮ್ಮಲೂರಿನ ಬಳಿಯಿರುವ ಆರ್ಮಿ ಸಪ್ಲೈ ಸೆಂಟರ್ ಗೆ ಇವರನ್ನು ವರ್ಗಾವಣೆ ಮಾಡಿದರು. ಅಲ್ಲಿ ಇವರಿಗೇ ವಿ.ಐ.ಪಿ.ಗಳ ಸಹಾಯ ಮಾಡುವ ಡ್ಯೂಟಿಗೆ ಹಾಕಲಾಯಿತು. ಇವರ ಅದೃಷ್ಟವೆಂದರೆ ಕೆ.ಎಂ.ಕಾರ್ಯಪ್ಪ ರವರ ಕೆಲಸಕ್ಕೆ ಇವರನ್ನು ನಿಯೋಜಿಸಲಾಯಿತು. ಫೀಲ್ಡ್ ಮಾರ್ಷಲ್ ಕರಿಯಪ್ಪ - ಭಾರತದ ಮೊದಲ ಜನರಲ್. ಕೊಡಗಿನ ಈ ವೀರಯೋಧನನ್ನು ಜೀವನದಲ್ಲಿ ಒಮ್ಮೆಯಾದರೂ ನೋಡಬೇಕೆಂಬುದೇ ಪ್ರತಿಯೊಬ್ಬ ಯೋಧನ ಆಸೆ. ಯೋಧರ ಪಾಲಿಗೆ ಬಂದರೆ ಕಾರ್ಯಪ್ಪನವರೇ ಒಂದು ಯುನಿವರ್ಸಿಟಿ. ಅಂತಹ ಕಾರ್ಯಪ್ಪನವರನ್ನು ಒಮ್ಮೆ ನೋಡಿದರೆ ಸಾಕೆಂದು ಸಾವಿರಾರು ಸೈನಿಕರು ಕಾದು ಕುಳಿತಿರುವಾಗ, ನೇರ ಅವರ ಸೇವೆ ಮಾಡುವ ಸುಯೋಗವೇ ಗೌಡರ್ ಅವರಿಗೆ ದೊರೆತರೆ ಹೇಗಿರಬೇಡ? ಕಾರ್ಯಪ್ಪನವರು ಮಡಿಕೇರಿ-ಬೆಂಗಳೂರು ಎಲ್ಲಿಯೇ ಪ್ರಯಾಣ ಮಾಡಲಿ, ಅವರ ತಾಂತ್ರಿಕ ವರ್ಗದಲ್ಲಿ ಗೌಡರ್ ಇರುತ್ತಿದ್ದರು. ಹೀಗೆ ಸುಮಾರು 17 ವರ್ಷ ಭಾರತೀಯ ಸೇವೆ ಮಾಡಿದ ಈ ವೀರಯೋಧ 1990 ಮಾರ್ಚ್ ನಲ್ಲಿ ನಿವೃತ್ತಿಯಾದರು. ನಿವೃತ್ತಿಯ ಬಳಿಕ ಕೂಡ ಭಾರತದ ಹೆಮ್ಮೆಯ ಭರತ್ ಎಲೆಕ್ಟ್ರಾನಿಕ್ಸ್ ನಲ್ಲಿ ಸೇವೆ ಸಲ್ಲಿಸಿ ದೇಶಸೇವೆಯನ್ನು ಮುಂದುವರೆಸಿದ ಕೀರ್ತಿ ಇವರದ್ದು.

ಪತ್ನಿ, ಮಗ, ಇಬ್ಬರು ಹೆಣ್ಣುಮಕ್ಕಳು ಇರುವ ಸುಂದರ ಕುಟುಂಬ ಇವರದ್ದು. ಪ್ರಸ್ತುತ ಬೆಂಗಳೂರಿನಲ್ಲಿ ಸೆಟಲ್ ಆಗಿ ನೆಮ್ಮದಿಯ ಜೀವನ ನಡೆಸುತ್ತಿರುವ ಇವರಿಗೆ ಆ ದೇವರು ಇನ್ನಷ್ಟು ಅರೋಗ್ಯ ಭಾಗ್ಯ ನೀಡಲೆಂದು ಆ ಭಗವಂತನಲ್ಲಿ

ನಮ್ಮ ಪ್ರಾರ್ಥನೆ.

ಅಪ್ಪನ ಹಾದಿಯಲ್ಲೇ ನಡೆಯುತ್ತಿರುವ ಮಗಳು

ಇವರ ಮಗಳು ಕ್ಯಾಪ್ಟನ್ ಸೀಮಾ ಪ್ರಿಯಾಂಕ ಗೌಡರ್ - ಇಂಜಿನಿಯರಿಂಗ್ ನಲ್ಲಿ ರ್ಯಾಂಕ್ ನೊಂದಿಗೆ ತೇರ್ಗಡೆಯಾದಾಗ ಇವರಿಗಾದ ಸಂತೋಷ ಅಷ್ಟಿಷ್ಟಲ್ಲ. ನಮ್ಮ ಮಕ್ಕಳು ರ್ಯಾಂಕ್ ಸಮೇತ ಇಂಜಿನಿಯರಿಂಗ್ ಪಾಸಾದರೆ ನಾವು ಮಾಡುವ ಮೊದಲ ಕೆಲಸವೆಂದರೆ - ಯಾವ ಕಂಪನಿ ಸೇರಬೇಕು? ಯಾವ ಕಂಪನಿಯಲ್ಲಿ ಎಷ್ಟು ಸಂಬಳ ಸಿಗುತ್ತೆ? ಅಥವಾ ವಿದೇಶದಲ್ಲಿ ಟ್ರೈ ಮಾಡೋಣವಾ? ಇತ್ಯಾದಿ ಇತ್ಯಾದಿ. ಆದರೆ ತಮ್ಮ ಮಗಳು ರ್‍ಯಾಂಕ್ ತೆಗೆದು ತೇರ್ಗಡೆಯಾದರೂ, ಮಗಳನ್ನು ಹೇಗಾದರೂ ಮನವೊಲಿಸಿ, ಪ್ರೈವೇಟ್ ಕಂಪನಿಯ ಲಕ್ಷಗಟ್ಟಲೆ ಸಂಬಳಕ್ಕಿಂತ ದೇಶಸೇವೆ ಮಾಡುವ ಮಿಲಿಟರಿ ಸೇರಿಸಬೇಕೆಂಬ ಆಸೆ ಇವರಿಗಿತ್ತು. ಚಿಕ್ಕಂದಿನಿಂದಲೂ ತಂದೆಯ ಮಾರ್ಗದರ್ಶನದಲ್ಲೇ ಬೆಳೆದ ಇವರ ಮಗಳಿಗೂ ಕೂಡ ಸೇನೆ ಸೇರುವ ಒಲವಿತ್ತು. ತಕ್ಷಣ ತಮ್ಮ ಇಂಜಿನಿಯರಿಂಗ್ ರ್ಯಾಂಕ್ ಹಾಗು ಅದಕ್ಕೆ ಸಿಗಬಹುದಾದ ಲಕ್ಷಗಟ್ಟಲೆ ಸಂಬಳವನ್ನು ಪಕ್ಕಕ್ಕಿಟ್ಟು ಸೇನೆ ಸೇರುವ ಪ್ರಯತ್ನ ಮಾಡಿದರು. ಮೊದಲ ಪ್ರಯತ್ನದಲ್ಲಿ ಸೋಲಾದರೂ ಬಿಡದೆ ಮತ್ತೆ ಪ್ರಯತ್ನಿಸಿ ಎರಡನೇ ಪ್ರಯತ್ನದಲ್ಲಿ ಮಿಲಿಟರಿ ಪರೀಕ್ಷೆಯನ್ನು ಪಾಸ್ ಆಗಿಯೇಬಿಟ್ಟರು. ಪಾಸ್ ಎಂದರೆ ಅಂತಿಂತ ಪಾಸ್ ಅಲ್ಲ. 6000 ಜನರ ಪೈಕಿ ಇವರು ಗಳಿಸಿದ್ದಿದ್ದು ಎರಡನೆಯ ರ್ಯಾಂಕ್! ಎಸ್.ಎಸ್.ಸಿ. ಪರೀಕ್ಷೆಯನ್ನು ಕೂಡ ಮೊದಲ ರ್ಯಾಂಕ್ ನಿಂದಲೇ ತೇರ್ಗಡೆ ಮಾಡಿದರು. 10 ಕಿ.ಮೀ ಬಿ.ಪಿ.ಟಿ. ಪರೀಕ್ಷೆ 55 ನಿಮಿಷಗಳಲ್ಲಿ ಮುಗಿಸಲು ಪುರುಷರೇ ಹಿಂದೆಮುಂದೆ ನೋಡುತ್ತಾರೆ. ಅಂತಹುದರಲ್ಲಿ ಇವರು ಮುಗಿಸಿದರೆಂದರೆ ನಂಬಿ. ಹೀಗೆ ಗೋಲ್ಡ್ ಮೆಡಲ್ ಸಮೇತ ತನ್ನ ಸ್ವಂತ ಪ್ರತಿಭೆಯಿಂದಲೇ ಸೈನ್ಯ ಸೇರಿದ ಇವರ ಮಗಳು ಇಂದು ಭಾರತೀಯ ಸೇನೆಯಲ್ಲಿ ಕ್ಯಾಪ್ಟನ್! ತಂದೆ ಬಿಟ್ಟುಹೋದ ದೇಶಸೇವೆ ಎಂಬ ಪರಂಪರೆಯನ್ನು ಇಂದಿಗೂ ಇವರ ಮಗಳು ಮುಂದುವರೆಸುತ್ತಿದ್ದಾರೆ. ತಂದೆ-ಮಗಳು ಇಬ್ಬರಿಗೂ ಒಂದು ಹ್ಯಾಟ್ಸಾಫ್.

ಕಾರ್ಗಿಲ್ ಯುದ್ಧ ಭೂಮಿಯಲ್ಲಿ ಗೌಡರ್

1983 ರಲ್ಲಿ ಕಾರ್ಗಿಲ್ ಪ್ರದೇಶದಲ್ಲಿ ಕಾರ್ಯನಿರ್ವಹಿಸುತ್ತಿದ್ದಾಗ ನಡೆದ ಒಂದು ಘಟನೆ ಇವರ ಮನದಲ್ಲಿ ಇನ್ನೂ ಹಸಿರಾಗಿದೆ. ಒಮ್ಮೆ ಯಾವುದೋ ವಾಹನವೊಂದು ಹಿಮದ ನಡುಗಡ್ಡೆಯ ಪ್ರದೇಶದ ಮಧ್ಯೆ (ಇದನ್ನು ಬರ್ಫ್ ಏರಿಯಾ ಎನ್ನುತ್ತಾರೆ) ಕೆಟ್ಟುನಿಂತಾಗ ಅದನ್ನು ಟೋಯಿಂಗ್ ಮಾಡಿಕೊಂಡು ಇವರು ಇನ್ನೊಂದು ವಾಹನದಲ್ಲಿ ಬರುತ್ತಿದ್ದರಂತೆ. ಆಗ ಆಕಸ್ಮಿಕವಾಗಿ ಇವರ

ವಾಹನವೂ ಹಿಮದಿಂದಾಗಿ ಬ್ರೇಕ್ ಫೇಲ್ ಆಗಿತ್ತಂತೆ. ಕಂಟ್ರೋಲ್ ಗೆ ಸಿಗದ ವಾಹನವನ್ನು ಎತ್ತೆಂದರತ್ತ ಸ್ಟೇರಿಂಗ್ ತಿರುಗಿಸುವಂತೆಯೂ ಇಲ್ಲ. ಸ್ವಲ್ಪ ಯಾಮಾರಿದರೆ ನೂರಾರು ಅಡಿ ಆಳದ ಕಣಿವೆಯ ಒಳಕ್ಕೆ ಬೀಳುವುದು ಗ್ಯಾರೆಂಟಿ. ಒಂದು ರೀತಿಯಲ್ಲಿ ಹೇಳಿದರೆ ಇಂದೇ ನನ್ನ ಕಡೆಯ ದಿನ ಎಂಬಂತಹ ಸಂದರ್ಭ ಅವರಿಗೆ ಎದುರಾಗಿತ್ತು. ತಮ್ಮ ಬುದ್ಧಿಯನ್ನೆಲ್ಲ ಉಪಯೋಗಿಸಿ ತಮಗೂ, ತಮ್ಮ ವಾಹನಕ್ಕೂ ಯಾವುದೇ ತೊಂದರೆಯಾಗದಂತೆ ಕ್ಷೇಮವಾಗಿ ಹತೋಟಿಗೆ ತಂದು, ಆ ಛಳಿಯ ಮಧ್ಯದಲ್ಲಿಯೇ ಕುಳಿತು ಅಗತ್ಯ ರಿಪೇರಿಯನ್ನು ಮಾಡಿ, ಛಲ ಬಿಡದ ತ್ರಿವಿಕ್ರಮನಂತೆ ಮಿಲಿಟರಿಯ ವಾಹನರಿಪೇರಿಯ ಸ್ಥಳಕ್ಕೆ ಆ ವಾಹನವನ್ನು ಸೇರಿಸಿ ದೊಡ್ಡದಾದ ನಿಟ್ಟುಸಿರು ಬಿಟ್ಟರಂತೆ. ಹೀಗೆ ಹಿಮ, ಚಳಿ, ಮಳೆ, ಬಿರುಗಾಳಿ ಗಳ ಜೊತೆ ಹೋರಾಡಿ ಜಯಿಸಿಬಂದ ಅದೆಷ್ಟೋ ಕತೆಗಳು ಇವರಲ್ಲಿ ಇಂದಿಗೂ ಅಡಗಿವೆ.

13

ಇತಿಹಾಸದ ಪುಟಗಳಲ್ಲಿ ಅಜರಾಮರ ಜನರಲ್ ಬಿಪಿನ್ ರಾವತ್

8 ಡಿಸೇಂಬರ್ 2021, ಭಾರತ ದೇಶದ ಇತಿಹಾಸದ ಪುಟಗಳಲ್ಲಿ ದಾಖಲಿಸಬಹುದಾದ ಕರಾಳ ದಿನ. ಭಾರತದ ರಕ್ಷಣಾಪಡೆಗಳ ಮುಖ್ಯಸ್ಥ, ದೇಶ ಕಂಡ ಅಪ್ರತಿಮ ಸಾಹಸಿಗ, ಜನರಲ್ ಬಿಪಿನ್ ರಾವತ್ ದುರದೃಷ್ಟಕರದ ಅಪಘಾತವೊಂದರಲ್ಲಿ ಹುತಾತ್ಮರಾದ ದಿನ. ಕೋಟ್ಯಂತರ ಜನರ ಪ್ರಾಣಗಳನ್ನು ಹಗಲಿರುಳೆನ್ನದೆ ಕಾಪಾಡುತ್ತಿದ್ದ ಆ ವೀರಯೋಧನನ್ನು ದೇಶ ಕಳೆದುಕೊಂಡ ದಿನ. ಕೇವಲ ಭಾರತ ಮಾತ್ರವಲ್ಲದೇ, ಪಕ್ಕದ ಭೂತಾನ್, ನೇಪಾಳದಿಂದ ಹಿಡಿದು ದೂರದ ಅಮೆರಿಕಾದವರೆಗೆ ಸಾವಿರಾರು ಜನರು ಆ ಯೋಧನನ್ನು ನೆನೆದು ಕಂಬನಿ ಮಿಡಿದ ದಿನ. ಅಂತಹ ವೀರ-ಧೀರ-ಶೂರ ಸೇನಾನಿ ಬಿಪಿನ್ ರಾವತ್ ರನ್ನು ನೆನೆಸಿಕೊಳ್ಳದಿದ್ದರೆ "ಯೋಧರಿಗೊಂದು ನಮನ" ಅಂಕಣಕ್ಕೆ ಬಹುಶಃ ಅರ್ಥವೇ ಇರುವುದಿಲ್ಲ. ಶ್ರೀ ರಾವತ್ ರವರನ್ನು ನೆನೆಸಿಕೊಂಡು ಅವರು ತುಳಿದ ಹಾದಿಯನ್ನು ಒಮ್ಮೆ ನೋಡಿ, ನಾವೂ ಅವರಂತಾಗಬಾರದೇಕೆ? ಬನ್ನಿ, ಇಂದಿನ ಈ ಸಂಚಿಕೆಯಲ್ಲಿ ಅವರನ್ನು ನೆನೆಸಿಕೊಂಡು, ಅವರಿಗೆ ಗೌರವವೊಂದನ್ನು ಅರ್ಪಿಸೋಣ.

2015 ರಲ್ಲಿ ಮಣಿಪುರ ರಾಜ್ಯದ ಚಂದೇಲ್ ಜಿಲ್ಲೆಯಲ್ಲಿ 6 ಡೋಗ್ರಾ ರೆಜಿಮೆಂಟ್ ಮೇಲೆ ನಡೆದ ಆಕ್ರಮಣಕ್ಕೆ ಇಡೀ ದೇಶವೇ ಬೆಕ್ಕಸಬೆರಗಾಗಿತ್ತು.

ಆ ಆಕ್ರಮಣಕ್ಕೆ ಪ್ರತೀಕಾರವಾಗಿ ಬರ್ಮಾ ದೇಶದ ಗಡಿಯೊಳಕ್ಕೆ ನುಗ್ಗಿ ಮುವತ್ತೈದಕ್ಕೂ ಹೆಚ್ಚು ಭಯೋತ್ಪಾದಕರ ಹುಟ್ಟಡಗಿಸಿತ್ತು ಭಾರತೀಯ ಸೇನೆ. ಅದೂ ಕೇವಲ ನಲ್ವತ್ತೇ ನಿಮಿಷದ ಅವಧಿಯಲ್ಲಿ. ಆ ಆಪರೇಷನ್ ನ ಭಾರತೀಯ ಸೇನೆಯ ಮಾಸ್ಟರ್ ಮೈಂಡ್ ಗಳಲ್ಲಿ ಜನರಲ್ ದಲಬೀರ್ ಸಿಂಗ್ ಸುಹಾಗ್ ಅವರು ಒಬ್ಬರಾದರೆ ಎರಡನೆಯ ಮಾಸ್ಟರ್ ಮೈಂಡ್ ಜನರಲ್ ಬಿಪಿನ್ ರಾವತ್. ಎಂತಹುದೇ ಸಂದರ್ಭವಿರಲಿ, ಶತ್ರು ಯಾರೇ ಆಗಿರಲಿ, ಬಿಪಿನ್ ರಾವತ್ ಒಮ್ಮೆ ಗುಡುಗಿದರೆಂದರೆ ಭಾರತೀಯ ಸೇನೆಗೆ ಜಯವೆಂಬುದು ಶತಃ ಸಿದ್ಧ ಎಂಬಂತಿತ್ತು. ಅಂತಹ ಅಪರಾಪರಾಕ್ರಮಿ ಬಿಪಿನ್ ರಾವತ್ ಅವರು ಹುಟ್ಟಿದ್ದು 1958 ರ ಮಾರ್ಚ್ 16 ರಂದು. ಉತ್ತರಾಖಂಡ್ ರಾಜ್ಯದ ಪೌರಿ ಎಂಬ ಊರಲ್ಲಿ ಹುಟ್ಟಿದ ಈ ಮಗು ಮುಂದೊಂದು ದಿನ ಭಾರತೀಯ ಸೇನಾಪಡೆಗಳ ನಾಯಕನಾಗುವಷ್ಟು ಎತ್ತರಕ್ಕೆ ಬೆಳೆಯುತ್ತಾನೆಂದು ಯಾರೂ ಊಹಿಸಿರಲಿಲ್ಲ. ಹಾಗೆ ನೋಡಿದರೆ ದೇಶಪ್ರೇಮವೆಂಬುದು ಇವರಿಗೆ ರಕ್ತಗತವಾಗಿಯೇ ಬಂದಿದೆ. ಇವರ ತಂದೆ ಲೆಫ್ಟಿನೆಂಟ್ ಜನರಲ್ ಲಕ್ಷ್ಮಣ ಸಿಂಗ್ ರಾವತ್ ಅವರು ಕೂಡ ಸೇನೆಯಲ್ಲಿ ಜನರಲ್ ಆಗಿದ್ದವರೇ. ಇವರ ಕುಟುಂಬದಲ್ಲಿ ಕೂಡ ಸೇನೆಯಲ್ಲಿ ಸೇವೆ ಸಲ್ಲಿಸುತ್ತಿದ್ದ ಎಷ್ಟೋ ಜನರಿದ್ದರು. ಹಾಗಾಗಿ ಚಿಕ್ಕಂದಿನಿಂದಲೂ ತನ್ನ ತಂದೆಯಂತೆಯೇ ಸೇನೆ ಸೇರಬೇಕೆಂಬ ಆಸೆ ಇವರಲ್ಲಿ ಮೂಡಿತ್ತು. ಇವರ ತಾಯಿಯ ತಂದೆ ಅಂದರೆ ಇವರ ಅಜ್ಜ ಕಿಶನ್ ಸಿಂಗ್ ಕೂಡ ಉತ್ತರಾಖಂಡದ ಉತ್ತರಕಾಶಿ ಕ್ಷೇತ್ರದ ಶಾಸಕರಾಗಿದ್ದರು. ಹಾಗಾಗಿ ಇವರಿಗೆ ದೇಶಸೇವೆ ಮಾಡಬೇಕೆಂಬ ಇಚ್ಛೆ ಜನ್ಮತಃ ಬಂದಿರಬೇಕು. ಡೆಹ್ರಾಡೂನಿನ ಕೇಂಬ್ರಿಯನ್ ಶಾಲೆ ಮತ್ತು ಸೆಂಟ್ ಎಡ್ವರ್ಡ್ ಶಾಲೆಗಳಲ್ಲಿ ವಿದ್ಯಾಭ್ಯಾಸ ಮಾಡುತ್ತಿರುವಾಗಲೇ ಇವರಲ್ಲಿ ತನ್ನ ತಂದೆಯಂತೆಯೇ ಸೇನೆ ಸೇರಬೇಕೆಂಬ ಆಸೆ ಹೆಚ್ಚುತ್ತಲೇ ಹೋಗುತ್ತಿತ್ತು. ಪ್ರೌಢ ವಯಸ್ಸಿಗೆ ಬರುತ್ತಲೇ ಸೀದಾ ಮಹಾರಾಷ್ಟ್ರದಲ್ಲಿರುವ ನ್ಯಾಷನಲ್ ಡಿಫೆನ್ಸ್ ಅಕಾಡೆಮಿ ಸೇರುತ್ತಾರೆ. ಇದು ಭಾರತೀಯ ಸೇನೆ ಸೇರಲು ಅವರಿಟ್ಟ ಮೊದಲ ಹೆಜ್ಜೆ. ಇಲ್ಲಿಂದ ಶುರುವಾದ ಆ ಹೆಜ್ಜೆ ಸೇನೆಯಲ್ಲಿ ಅತೀ ದೀರ್ಘ ಪಯಣವನ್ನು ಮಾಡಿದ್ದು ವಿಶೇಷವೇ ಸರಿ. ಮಿಲಿಟರಿಗೆ ಸಂಬಂಧಿಸಿದ ಟ್ರೇನಿಂಗ ಎಲ್ಲವೂ ಅವರಿಗೆ ಇಲ್ಲಿ ದೊರೆಯಿತು. ನಂತರ ಡೆಹ್ರಾಡೂನಿನಲ್ಲಿರುವ ಭಾರತೀಯ ಮಿಲಟರಿ ಅಕಾಡೆಮಿ ಸೇರಿ ಇನ್ನಷ್ಟು ಉನ್ನತ ಶಿಕ್ಷಣವನ್ನು ಪಡೆದರು. ಅತ್ಯುತ್ತಮ ದರ್ಜೆಯಲ್ಲಿ ವಿಶೇಷ ಗೌರವ ಪದಕದ ಮೂಲಕ ತಮ್ಮ ಮಿಲಿಟರಿ ಡಿಗ್ರಿ ಶಿಕ್ಷಣವನ್ನು ಮುಗಿಸಿದರು. ಇವರ ಜ್ಞಾನದಾಹ ಅಷ್ಟಕ್ಕೇ ತೀರಲಿಲ್ಲ. ಸೇನೆಗೆ ಸಂಬಂಧಿಸಿದ ಪ್ರತಿಯೊಂದು ಕೋರ್ಸುಗಳನ್ನೂ ಮಾಡಿ ಪರಿಣಿತಿ

ಪಡೆಯಬೇಕೆಂಬ ಇವರ ಆಸಕ್ತಿ ಇನ್ನೂ ಹೆಚ್ಚುತ್ತಲೇ ಹೋಗುತ್ತಿತ್ತು. ಎಷ್ಟು ನೀರು ಕುಡಿದರೂ ಮುಗಿಯದ ದಾಹವಾಗಿತ್ತು ಇವರ ಆಸಕ್ತಿ. ಊಟಿಯ ವೆಲಿಂಗ್ಟನ್ ನ ಡಿಫೆನ್ಸ್ ಕಾಲೇಜಿನಲ್ಲಿ ಮತ್ತೊಂದು ಡಿಗ್ರಿ ಪಡೆದರು. ವಿಶೇಷವೆಂದರೆ ಅವರಿಗೆ ಜ್ಞಾನವನ್ನು ನೀಡಿದ ಆ ವೆಲಿಂಗ್ಟನ್ ಗೆ ಪಯಣಿಸುವ ಸಂದರ್ಭದಲ್ಲಿಯೇ ಇವರು ಹುತಾತ್ಮರಾಗಿದ್ದು. ಹೀಗೆ ರಕ್ಷಣೆಗೆ ಸಂಬಂಧಿಸಿದ ಅದೆಷ್ಟು ಕೋರ್ಸುಗಳನ್ನು ಇವರು ಮಾಡಿದ್ದರೋ ಲೆಕ್ಕವೇ ಇಲ್ಲ. ಇಲ್ಲಿಗೆ ಸುಮಾರು ಇಪ್ಪತ್ತು ವರ್ಷಗಳ ಹಿಂದೆ ಅಂದರೆ 1997 ರಲ್ಲಿ ಅಮೇರಿಕಾದ ಪ್ರಸಿದ್ಧ ಮಿಲಿಟರಿ ವಿಶ್ವವಿದ್ಯಾಲಯದಿಂದ ಉನ್ನತ ರಕ್ಷಣೆಗೆ ಸಂಬಂಧಿಸಿದ ಕೋರ್ಸ್ ಅನ್ನೂ ಮಾಡಿದ್ದರು. ಮದ್ರಾಸ್ ವಿಶ್ವವಿದ್ಯಾಲಯದಿಂದ ಕಂಪ್ಯೂಟರ್ ಡಿಪ್ಲೊಮಾವನ್ನು ಕೂಡ ಮಾಡಿದ್ದಾರೆ. ಅಂದಹಾಗೆ ಮಿಸೈಲ್ ಮ್ಯಾನ್ ಅಬ್ದುಲ್ ಕಲಾಂ ಅವರು ಕೂಡ ಇದೇ ಮದ್ರಾಸ್ ವಿಶ್ವವಿದ್ಯಾಲಯದಿಂದಲೇ ಭೌತಶಾಸ್ತ್ರ ಪದವಿ ಪಡೆದದ್ದು ಎಂಬುದು ನೆನಪಿರಲಿ. ಜನರಲ್ ರಾವತ್ ರವರು ರಕ್ಷಣೆಗೆ ಸಂಬಂಧಿಸಿದಂತೆ ಮಂಡಿಸಿದ ಪ್ರಬಂಧಕ್ಕೆ ಎಂ.ಫಿಲ್. ಗೌರವ ಸಿಕ್ಕಿದೆ. ಅಷ್ಟೇ ಅಲ್ಲದೆ ಒಂದು ಪೀಹೆಚ್ಡಿ ಕೂಡ ಇವರ ಹೆಸರಲ್ಲಿದೆ. ಇನ್ನು ಇವರು ಮಾಡಿರುವ ಕೋರ್ಸುಗಳನ್ನು ಬರೆಯುತ್ತ ಹೋದರೆ ಅದೇ ಒಂದು ಪೂರ್ತಿ ಪುಟಕ್ಕಾಗುವಷ್ಟು ಸರಕಾಗಬಹುದೇನೋ?

ಮಿಲಿಟರಿ ಸೇರಿ ಸೈನಿಕನಾಗಬೇಕೆಂಬ ಆಸೆ ಕಡೆಗೂ ಕೈಗೂಡಿದ್ದು 1978 ಡಿಸೇಂಬರ್ 16 ರಂದು. 11 ಗೋರ್ಖಾ ರೈಫಲ್ಸ್ ನ 5 ನೇ ಬೆಟಾಲಿಯನ್ ಗೆ ಬಲಗಾಲಿಟ್ಟು ಒಳಗೆ ಹೋದ ಇವರು ಇಂದಿನವರೆಗೆ ಅಂದರೆ ಸುಮಾರು ನಲ್ವತ್ತಕ್ಕೂ ಹೆಚ್ಚು ವರ್ಷಗಳ ಕಾಲ ನಿರಂತರವಾಗಿ ಭಾರತೀಯ ಸೇನೆಗಾಗಿ ತಮ್ಮ ಸರ್ವಸ್ವವನ್ನೂ ಧಾರೆ ಎರೆದಿದ್ದಾರೆ. ಇದರಲ್ಲಿ ಇನ್ನೂ ಒಂದು ವಿಶೇಷವೆಂದರೆ ಇವರ ತಂದೆ ಕೂಡ ಇದೇ ವಿಭಾಗದಲ್ಲಿ ಸೇವೆ ಸಲ್ಲಿಸಿದ್ದರು. ತಂದೆ ಇಟ್ಟಿದ್ದ ಕಡೆಯಲ್ಲೇ ತಾನೂ ಹೆಜ್ಜೆ ಇತ್ತು ಸಾಗುತ್ತ ನಡೆದರು. ಅಲ್ಲಿಂದ ಶುರುವಾದ ಇವರ ಮಿಲಿಟರಿಯ ಪಯಣ ಸೇನಾಧಿಪತಿಯವರೆಗೆ ಕರೆದೊಯ್ದಿತ್ತು. ಒಂದೊಂದೇ ಯಶಸ್ಸನ್ನು ಸಾಧಿಸುತ್ತಾ, ಆ ಮೂಲಕ ಮುಂದಿನ ರ್ಯಾಂಕ್ ಗೆ ಭಡ್ತಿ ಹೊಂದುತ್ತಾ ಸಾಗಿದ ಪರಿಯೇ ಅನನ್ಯ. ಲೆಫ್ಟಿನೆಂಟ್, ಕ್ಯಾಪ್ಟನ್,ಮೇಜರ್,ಲೆಫ್ಟಿನೆಂಟ್ ಕರ್ನಲ್, ಕರ್ನಲ್, ಬ್ರಿಗೇಡಿಯರ್,ಮೇಜರ್ ಜನರಲ್, ಲೆಫ್ಟಿನೆಂಟ್ ಜನರಲ್, ಜನರಲ್ (ಸಿ.ಡಿ.ಎಸ್)... ಹೀಗೆ ಇವರು ಹೊಂದದ ಹುದ್ದೆಯೇ ಇಲ್ಲ. ಕೈ ಹಾಕಿದ್ದ ಆಪರೇಷನ್ ಗಳೆಲ್ಲಾ ಯಶಸ್ಸೆಂಬುದು ಇವರಿಗೆ ದಕ್ಕುತ್ತಾ ಹೋಯಿತು. ಭಾರತೀಯ ಸೇನೆಯಲ್ಲಿ ಇವರ ಅವಶ್ಯಕತೆ ಎಷ್ಟರಮಟ್ಟಿಗೆ ಹೆಚ್ಚಾಗುತ್ತಾ ಹೋಯಿತೆಂದರೆ ಚೀಫ್ ಆಫ್ ಡಿಫೆನ್ಸ್ ಸ್ಟಾಫ್ ಎಂಬ

ಹುದ್ದೆಗೆ ಇವರನ್ನು ನಿಯೋಜಿಸುವಷ್ಟು. ವಿಶೇಷವೆಂದರೆ ಆ ರೀತಿಯ ಹುದ್ದೆಯೇ ಸೇನೆಯಲ್ಲಿ ಇರಲಿಲ್ಲ. ಒಂದು ಮಾತಿನಲ್ಲಿ ಹೇಳಬೇಕೆಂದರೆ ಇವರಿಗಾಗಿಯೇ ವಿಶೇಷವಾಗಿ ಸಿದ್ಧಪಡಿಸಿದ ಹುದ್ದೆ ಅದು ಎಂದರೂ ಬಹುಶಃ ತಪ್ಪಾಗಲಾರದೇನೋ. ನಮಗೆಲ್ಲಾ ತಿಳಿದಿರುವಂತೆ ಭೂಸೇನೆ, ಜಲಸೇನೆ ಮತ್ತು ವಾಯುಸೇನೆಗಳೆಂಬ ಮೂರು ವಿಧದ ಸೇನೆಗಳಿವೆ. ಒಂದೊಂದಕ್ಕೂ ಒಬ್ಬೊಬ್ಬ ಅಧಿಕಾರಿ ಇರುತ್ತಾರೆ. ಈ ಮೂವರನ್ನೂ ಸಂಭಾಳಿಸಿಬಲ್ಲ ಹುದ್ದೆಯೊಂದು ಇರಬೇಕು ಎಂಬುದು ಸೇನೆಯಲ್ಲಿ ಚರ್ಚಿತ ವಿಷಯವಾಗಿತ್ತು. ಬಿಪಿನ್ ರಾವತ್ ರವರ ಸೇವಾವಧಿ ಮುಗಿಯುತ್ತಾ ಬರುತ್ತಿತ್ತು. ದೇಶಕಂಡ ಅಪ್ರತಿಮ ಹೋರಾಟಗಾರನನ್ನು ಸೇನೆಯಲ್ಲೇ ಉಳಿಸಿಕೊಳ್ಳಬೇಕೆಂಬ ಆಸೆ ಎಲ್ಲರಲ್ಲೂ ಇತ್ತು. ಮೇಲಾಗಿ ಮೂರೂ ಸೇನೆಗಳನ್ನೂ ನಿಯಂತ್ರಣದಲ್ಲಿ ಇಡಬಲ್ಲ ಸಮರ್ಥ ಹುದ್ದೆಗಾಗಿ ಕೂಡ ಚರ್ಚೆ ಈಗಾಗಲೇ ನಡೆಯುತ್ತಿತ್ತು. ಹಾಗಾಗಿ ಚೀಫ್ ಆಫ್ ಡಿಫೆನ್ಸ್ ಎಂಬ ಹೊಸ ಹುದ್ದೆಯನ್ನೇ ಸೃಷ್ಟಿಸಿ ಸೇನೆಯ ಸೇವಾವಧಿಯನ್ನೇ ಹೆಚ್ಚಿಸಲಾಯಿತೆಂದರೆ ಜನರಲ್ ರಾವತ್ ಎಂಬ ವ್ಯಕ್ತಿತ್ವದ ಗಟ್ಟಿತನದ ಅರಿವಾಗುತ್ತದೆ.

ಧೈರ್ಯವಿದ್ದೆಡೆ ಅನಿಸಿದ್ದನ್ನು ನೇರವಾಗಿ ಹೇಳುವ ನಿಷ್ಠುರತ್ವವೂ ಇರುತ್ತದೆ ಎಂಬುದು ಸತ್ಯ. ಭಾರತದ ನಿಜವಾದ ಶತ್ರು ಚೀನಾವೇ ಹೊರತು ಪಾಕಿಸ್ತಾನವಲ್ಲ ಎಂದು ಧೈರ್ಯವಾಗಿ ಹೇಳಿದ್ದು ಕೂಡ ಇದೇ ಜನರಲ್ ರಾವತ್ ಅವರೇನೇ. ಕಾಶ್ಮೀರ ಕಣಿವೆಯಲ್ಲಿ ಜನರ ಕಲ್ಲಿನೇಟಿನಿಂದ ತಪ್ಪಿಸಿಕೊಳ್ಳಲು ವ್ಯಕ್ತಿಯೊಬ್ಬನನ್ನು ಜೀಪಿನ ಮುಂಭಾಗಕ್ಕೆ ಕಟ್ಟಿದಾಗ ಏಕಾಏಕಿ ಎದುರಾದ ಮಾಧ್ಯಮಗಳು, ಮಾನವ ಹಕ್ಕುಗಳ ಹೋರಾಟಗಾರರ ಪ್ರಶ್ನೆಗಳಿಗೆ ದಿಟ್ಟ ಉತ್ತರ ನೀಡಿ, ಸೇನೆಯ ಆ ನಡೆಯನ್ನು ಸಮರ್ಥಿಸಿಕೊಂಡದ್ದು ಕೂಡ ಇದೇ ಜನರಲ್ ರಾವತ್. ದೋಕ್ಲಾಮ್ ಕಣಿವೆಯಲ್ಲಿ ನರಿಬುದ್ಧಿ ತೋರಿಸಿದ ಚೀನಾ ಸೈನಿಕರಿಗೆ ಎದುರು ನಿಂತು, ಒಂದು ಇಂಚು ಭೂಮಿಯನ್ನೂ ಚೀನಾ ಪಾಲಾಗದಂತೆ ಕಾಪಾಡಿದ ಯೋಧರ ಹಿಂದಿದ್ದ ಧೀಶಕ್ತಿ ಕೂಡ ಇದೇ ಜನರಲ್ ರಾವತ್. ಪ್ರತಿಪಕ್ಷಗಳು ಎಷ್ಟೇ ಕಿರುಚಾಡಿದರೂ ದೇಶದ ಭದ್ರತೆಯ ವಿಚಾರದಲ್ಲಿ ರಾಜಿಯೇ ಇಲ್ಲವೆಂಬಂತೆ ರಫೇಲ್ ಯುದ್ಧ ವಿಮಾನ ತರಿಸಿದ್ದು ಕೂಡ ಇದೇ ಜನರಲ್ ರಾವತ್. 2019 ರಲ್ಲಿ ಪುಲ್ವಾಮದಲ್ಲಿ ನಡೆದ ದಾಳಿಗೆ ಪ್ರತಿಯಾಗಿ ದಾಳಿ ನಡೆಸಿ ಪಾಕ್ ಉಗ್ರರ ಹುಟ್ಟಡಗಿಸಿದ ಧೀರ ಕೂಡ ಇದೇ ಜನರಲ್ ರಾವತ್. ನಮ್ಮ ಕಡೆಯಿಂದ ಮೊದಲ ಗುಂಡು ಹಾರುವುದಿಲ್ಲ. ಆದರೆ ಒಮ್ಮೆ ಗುಂಡು ಹಾರಿಸಲು ಶುರು ಮಾಡಿದರೆ, ಸೈನಿಕರು ಆ ಗುಂಡುಗಳ ಲೆಕ್ಕವನ್ನು ಕೊಡಬೇಕಾಗಿಲ್ಲ ಎಂಬ

ದಿಟ್ಟ ನಿರ್ಧಾರ ಕೈಗೊಂಡದ್ದು ಕೂಡ ಇದೇ ಜನರಲ್ ರಾವತ್. ಕಾಶ್ಮೀರ ಕಣಿವೆಯಲ್ಲಿ ಆರ್ಟಿಕಲ್ 370 ಯನ್ನು ತೊಡೆದು ಹಾಕಿದಾಗ ಭಯೋತ್ಪಾದಕರಿಂದ ದೊಡ್ಡ ಮಾರಣಹೋಮವೇ ನಡೆಯಬಹುದೆಂಬ ಪಂಡಿತರ ಲೆಕ್ಕಾಚಾರವೆಲ್ಲಾ ತಲೆಕೆಳಗಾಗುವಂತೆ ಪ್ಲಾನ್ ಮಾಡಿ ಶಾಂತಿಯನ್ನು ಕಾಪಾಡಿದ ಮಾಸ್ಟರ್ ಮೈಂಡ್ ಕೂಡ ಇದೇ ಜನರಲ್ ರಾವತ್. ಪಾಕಿಸ್ತಾನ ಮೇಲೆ ನಡೆದ ಸರ್ಜಿಕಲ್ ಸ್ಟ್ರೈಕ್ ನ ಹಿಂದೆ ಇದ್ದ ಆತ್ಮವಿಶ್ವಾಸದ ಹೆಸರು ಕೂಡ ಜನರಲ್ ರಾವತ್. ದೇಶಕ್ಕೆ ಹೊರಗಿನ ಶತ್ರುಗಳಿಂತ ಒಳಗಿನ ಶತ್ರುಗಳೇ ಹೆಚ್ಚು ಮಾರಕ ಎಂಬುದನ್ನು ನಂಬಿದ್ದ ದೇಶಪ್ರೇಮಿ ಕೂಡ ಇದೇ ಜನರಲ್ ರಾವತ್. ಕೇವಲ ಸೈನಿಕರ ಸಂಖ್ಯೆಯನ್ನು ಹೆಚ್ಚಿಸಿದರೆ ಸಾಲದು. ಅತ್ಯಾಧುನಿಕ ಶಸ್ತ್ರಾಸ್ತ್ರ, ಯುದ್ಧ ವಿಮಾನಗಳು ಹಾಗು ತಂತ್ರಜ್ಞಾನವಿದ್ದರೇನೇ ಅದೊಂದು ಶಕ್ತಿಯುತ ಸೇನೆ ಎಂದು ನಂಬಿ ಅತ್ಯಾಧುನಿಕ ತಂತ್ರಜ್ಞಾನವನ್ನು ಸೇನೆಗೆ ಇತ್ತ ತಂತ್ರಜ್ಞ ಕೂಡ ಇದೇ ಜನರಲ್ ರಾವತ್. ಹೀಗೆ ಬರೆಯುತ್ತಾ ಹೋದರೆ ಜನರಲ್ ರಾವತ್ ರ ಬಗ್ಗೆ ಒಂದು ಪುಸ್ತಕವನ್ನೇ ಬರೆಯಬಹುದೇನೋ. ತನ್ನ ಸುಮಾರು ಮುಕ್ಕಾಲು ಪಾಲು ಆಯುಷ್ಯವನ್ನು ಸೇನೆಯ ಕ್ಯಾಪ್ ಧರಿಸಿಯೇ ಇದ್ದ ಜನರಲ್ ರಾವತ್ ರು ಸೇನೆಯ ಕ್ಯಾಪ್ ಧರಿಸಿದ್ದಾಗಲೇ ದುರಂತಕ್ಕೀಡಾಗಿ ಹುತಾತ್ಮರಾದರು. ದುರಂತಕ್ಕೀಡಾದ ಸಮಯದಲ್ಲಿ ಇವರ ಪತ್ನಿ ಮಧುಲಿಕಾ ಮೃಗೇಂದ್ರ ಸಿಂಗ್ ರವರು ಕೂಡ ಇವರ ಜೊತೆಯೇ ಇದ್ದು ಅದೇ ದುರಂತದಲ್ಲಿಯೇ ಹುತಾತ್ಮರಾದರು. ಮಧುಲಿಕಾರವರು ಮಧ್ಯಪ್ರದೇಶದ ಕ್ಷೇತ್ರವೊಂದರ ಶಾಸಕರಾಗಿದ್ದ ಮೃಗೇಂದ್ರ ಸಿಂಗ್ ರವರ ಮಗಳು. ಮನಶಾಸ್ತ್ರ ಪದವೀಧರೆಯಾದ ಇವರು ಯುದ್ಧದಲ್ಲಿ ಹುತಾತ್ಮರಾದ ಸೈನಿಕರ ಕುಟುಂಬಗಳಿಗೆ ಆರ್ಥಿಕವಾಗಿ ನೆರವಾಗುವ ಅನೇಕ ಸಮಾಜಿಕ ಕೆಲಸಗಳನ್ನು ಇವರು ಮಾಡಿಟ್ಟಿದ್ದರು. ಕೃತಿಕಾ ಮತ್ತು ತಾರಿಣಿ ಎಂಬ ಇಬ್ಬರು ಹೆಣ್ಣುಮಕ್ಕಳು ಇವರಿಗಿದ್ದಾರೆ.

ಮೆಡಲ್ ಗಳ ಸರದಾರ:

ಇನ್ನು ಬಿಪಿನ್ ರಾವತ್ ರವರ ಸಾಧನೆಗೆ ಮೆಚ್ಚಿ ನೀಡಲಾಗಿದ್ದ ಪದಕಗಳಂತೂ ಅದೆಷ್ಟೋ

- ಸೇನಾ ಪದಕ,
- ಸಾಮಾನ್ಯ ಸೇವಾ ಪದಕ,
- ಯುದ್ಧ ಸೇವಾ ಪದಕ,
- ಉತ್ತಮ ಯುದ್ಧ ಸೇವಾ ಪದಕ,
- ವಿಶಿಷ್ಟ ಸೇವಾ ಪದಕ,

- ಅತಿ ವಿಶಿಷ್ಟ ಸೇವಾ ಪದಕ,
- ಪರಮ ವಿಶಿಷ್ಟ ಸೇವಾ ಪದಕ,
- ವಿಶೇಷ ಸೇವಾ ಪದಕ,
- ವಿದೇಶ ಸೇವಾ ಪದಕ,
- 9 ವರ್ಷ ಸೇವಾ ಪದಕ,
- 20 ವರ್ಷ ಸೇವಾ ಪದಕ,
- 30 ವರ್ಷ ಸೇವಾ ಪದಕ,
- ಸೈನ್ಯ ಸೇವಾ ಪದಕ,
- ಸುವರ್ಣ ಸ್ವಾತಂತ್ರೋತ್ಸವ ಪದಕ,
- ಆಪರೇಶನ್ ಪರಾಕ್ರಮ ಪದಕ,
- ಹೈ ಆಲ್ಟಿಟ್ಯೂಡ್ ಪದಕ

ಹೀಗೆ ಲೆಕ್ಕವಿಲ್ಲದಷ್ಟು ಪದಕಗಳನ್ನು ಸಂಪಾದಿಸಿದ್ದರು.

ಹೀಗೆ ತನ್ನ ಜೀವನವನ್ನೇ ಸೇನಾ ಕಾರ್ಯಕ್ಕೆ ಮುಡಿಪಾಗಿಟ್ಟಿದ್ದ ದಂಪತಿಗಳು ಜೊತೆಯಾಗಿಯೇ ಹುತಾತ್ಮರಾಗಿದ್ದು, ಇಡೀ ದೇಶದ ಜನತೆಯನ್ನು ಅಕ್ಷರಶಃ ಕಣ್ಣೀರಿನಲ್ಲಿ ಮೀಯಿಸಿದೆ. ತಮಿಳುನಾಡಿನ ನೀಲಗಿರಿಯಲ್ಲಿ ಹೆಲಿಕಾಪ್ಟರ್ ದುರಂತದಲ್ಲಿ ಹುತಾತ್ಮರಾದ ಎಲ್ಲಾ ಧೀರಯೋಧರಿಗೂ, ಜನರಲ್ ರಾವತ್ ಹಾಗು ಅವರ ಪತ್ನಿಗೂ ನಮ್ಮೆಲ್ಲರ ಭಾವಪೂರ್ಣ ವಿದಾಯಗಳು. ಹೋಗಿ ಬನ್ನಿ ಜನರಲ್. ಮತ್ತೆ ಈ ಮಣ್ಣಿನಲ್ಲಿ ನೀವು ಹುಟ್ಟಿ ಬರುತ್ತೀರೆಂದು ಅಚಲವಾಗಿ ನಂಬಿದ್ದೇವೆ. ಹುಟ್ಟಿ ಬರುತ್ತೀರಾ ಕೂಡ. ಎಂದೆಂದಿಗೂ ಭಾರತದ ಇತಿಹಾಸದ ಪುಟಗಳಲ್ಲಿ ನೀವು ಖಂಡಿತಾ ಇದ್ದೆ ಇರುತ್ತೀರಿ. ಜೈ ಹಿಂದ್..

14

ಶೌರ್ಯ ಚಕ್ರ ವಿಜೇತ ಸೈನಿಕನ ಕಾರ್ಗಿಲ್ ಕಹಾನಿ

ಭಾರತೀಯ ಸೇನೆಯಲ್ಲಿ ನೀಡುವ ಶಾಂತಿಕಾಲದ ಶೌರ್ಯ ಪ್ರಶಸ್ತಿಗಳ (ಪೀಸ್ ಟೈಮ್ ಗ್ಯಾಲನ್ಟ್ರಿ ಅವಾರ್ಡ್) ಗಳ ಪೈಕಿ ಅತಿ ಉತ್ತವಾದ ಪ್ರಶಸ್ತಿಯೆಂದರೆ ಅಶೋಕ ಚಕ್ರ. ಆ ನಂತರದ ಸ್ಥಾನ ಕೀರ್ತಿ ಚಕ್ರ. ಮೂರನೆಯ ಸ್ಥಾನ ಶೌರ್ಯ ಚಕ್ರ. ಅಪರಿಮಿತ ಪರಾಕ್ರಮಿಗಳಿಗಷ್ಟೇ ಇದನ್ನು ಧರಿಸುವ ಅದೃಷ್ಟ. ಅಂತಹ ಶೌರ್ಯ ಚಕ್ರವನ್ನು ಅಂದಿನ ರಾಷ್ಟ್ರಪತಿಗಳಾಗಿದ್ದ ಮಿಸೈಲ್ ಮ್ಯಾನ್ ಶ್ರೀ ಅಬ್ದುಲ್ ಕಲಾಂ ರವರಿಂದ ಪಡೆದ ಅಪರಿಮಿತ ಪರಾಕ್ರಮಿ ನಮ್ಮ ಕರ್ನಾಟಕದ ಜಿ.ಕೃಷ್ಣಮೂರ್ತಿ. ಕಾರ್ಗಿಲ್ ಯುದ್ಧದಿಂದ ಕಾಂಗೋ ದೇಶದವರೆಗೆ ಸಾವಿರಾರು ಜನರನ್ನು ಕಾಯ್ದಿದ್ದ ಸಾಹಸಿಗ ಶ್ರೀ ಕೃಷ್ಣಮೂರ್ತಿ ಇಂದಿನ ನಮ್ಮ "ಯೋಧರಿಗೊಂದು ನಮನ" ಅಂಕಣದ ಹೀರೋ. ಇವರು ನಡೆದ ಹಾದಿಯನ್ನು ಒಮ್ಮೆ ನೋಡಿ ಬರೋಣ ಬನ್ನಿ.

1975 ಜೂನ್ 12 ರಂದು ಗೋವಿಂದಯ್ಯ ಮತ್ತು ಲಕ್ಷ್ಮಮ್ಮನವರ ನಾಲ್ಕು ಮಕ್ಕಳ ಪೈಕಿ ಮೊರನೆಯವರಾಗಿ ತುಮಕೂರು ಜಿಲ್ಲೆಯ ಅಜ್ಜೇಗೌಡನಪಾಳ್ಯ ಎಂಬ ಪುಟ್ಟ ಹಳ್ಳಿಯಲ್ಲಿ ಹುಟ್ಟಿದ ಕೃಷ್ಣಮೂರ್ತಿ ಮೇಲೆ ಮೊದಲಿಂದಲೂ ಅಪ್ಪ ಅಮ್ಮನಿಗೆ ತುಂಬಾ ಪ್ರೇಮ. ಮೊದಲ ಇಬ್ಬರು ಮಕ್ಕಳೂ ಹೆಣ್ಣು ಮಕ್ಕಳು. ಇವರೇ ಮೊದಲ ಗಂಡುಮಗುವೆಂದರೆ ಕೇಳಬೇಕೆ? ಅಪ್ಪ-ಅಮ್ಮ-ಇಬ್ಬರು

ಅಕ್ಕಂದಿರಿದ್ದಮೇಲೆ ಪ್ರೀತಿಗೆ ಬರವೇ? ಅವರೆಲ್ಲರ ಪ್ರೀತಿಯಲ್ಲೇ ತುಂಟಾಟವಾಡುತ್ತಾ ಬಾಲ್ಯವನ್ನೆಲ್ಲ ಕಳೆದರು. ಊರಿನ ಸರ್ಕಾರೀ ಶಾಲೆಯಲ್ಲಿ ಪ್ರಾಥಮಿಕ ವಿದ್ಯಾಭ್ಯಾಸ ಮುಗಿಸಿ, ಐದನೇ ತರಗತಿಗೆ ಪಕ್ಕದ ಊರಾದ ಹೆಬ್ಬೂರಿನ ಶಾಲೆಗೆ ಸೇರುತ್ತಾರೆ. ಐದನೇ ತರಗತಿಗೆ ಹೆಬ್ಬೂರಿಗೆ ಹೋದ ಇವರು ಪಿಯುಸಿ ವರೆಗೆ ತಮ್ಮ ವಿದ್ಯಾಭ್ಯಾಸವನ್ನು ಅಲ್ಲಿಯೇ ಮುಗಿಸುತ್ತಾರೆ. ಪಿಯುಸಿ ನಂತರ ಮುಂದೇನು? ಎಂಬ ಪ್ರಶ್ನೆ ಕಾಡುವುದು ಸಹಜ. ಎಪ್ಪತ್ತು-ಎಂಭತ್ತರ ದಶಕದಲ್ಲಿ ಉನ್ನತ ವಿದ್ಯಾಭ್ಯಾಸವೆಂಬ ಕಲ್ಪನೆ ಅಷ್ಟಾಗಿ ಹಾಸುಹೊಕ್ಕಾಗಿರಲಿಲ್ಲ. ಹಾಗಾಗಿ ಮುಂದೇನು? ಎಂಬ ಪ್ರಶ್ನೆಗೆ "ಕೆಲಸ ಹುಡುಕುವುದು" ಎಂಬ ಉತ್ತರ ಸಿಗುವುದು ಕೂಡ ಅಷ್ಟೇ ಸಹಜ ಅಲ್ಲವೇ? ಹೌದು. ಇವರೂ ಕೂಡ ಯಾವುದಾದರೂ ನೌಕರಿ ಹಿಡಿದು ಒಂದಷ್ಟು ಪಗಾರ ಗಳಿಸಿ, ಮನೆಯ ಜವಾಬ್ದಾರಿಯನ್ನು ನಿಭಾಯಿಸಬೇಕೆಂದು ಯೋಚಿಸುತ್ತಿದ್ದಾಗಲೇ ಇವರ ಜೀವನದಲ್ಲಿ ಇವರು ಊಹಿಸಲೂ ಇರದಂತಹ ಅಚಾನಕ್ ತಿರುವೊಂದು ದೊರೆತಿತ್ತು.

ಟೈಲರ್ ಒಬ್ಬ ಸೈನಿಕನಾದದ್ದು ಹೇಗೆ?

ಪಿಯುಸಿ ಮುಗಿಸಿದ ಬಳಿಕ ಹೆಬ್ಬೂರಿನಲ್ಲಿಯೇ ಟೈಲರ್ ಒಬ್ಬರ ಬಳಿ ಸಹಾಯಕರಾಗಿ ಸೇರಿ, ಅವರಿಂದ ತಕ್ಕಮಟ್ಟಿನ ಕೆಲಸವನ್ನೂ ಕಲಿತು, ಟೈಲರಿಂಗ್ ವೃತ್ತಿಯನ್ನು ಆರಂಭಿಸುತ್ತಾರೆ. ಎರಡು ವರ್ಷಗಳ ಕಾಲ ಬಟ್ಟೆ ಹೊಲಿಯುವ ಮಷೀನ್ ನ ಪೆಡಲ್ ಅನ್ನು ತುಳಿಯುತ್ತಾ ಇವರ ಬದುಕೂ ಕೂಡ ಎಲ್ಲರಂತೆಯೇ ಮಾಮೂಲಿಯಾಗಿಯೇ ನಡೆಯುತ್ತಿತ್ತು. ಪ್ರತಿ ದಿನ ಟೈಲರ್ ಕೆಲಸ ಮುಗಿಸಿ, ಮಧ್ಯಾಹ್ನ ಊಟ ಮಾಡುವಾಗ ಅಂಗಡಿಗೆ ತರಿಸುತ್ತಿದ್ದ ಅಂದಿನ ನ್ಯೂಸ್ ಪೇಪರ್ ಕಡೆ ಕಣ್ಣು ಹಾಯಿಸುವುದು ಇವರ ದೈನಂದಿನ ಅಭ್ಯಾಸವಾಗಿತ್ತು. ಹಾಗೆಯೇ ಒಂದು ದಿನ ಮಧ್ಯಾಹ್ನ ಊಟ ಮಾಡುವಾಗ ಅಚಾನಕ್ ಆಗಿ ಇವರ ಕಣ್ಣು ಆ ಪತ್ರಿಕೆಯಲ್ಲಿದ್ದ ಸುದ್ದಿಯೊಂದರ ಕಡೆ ಹರಿಯಿತು. ಆ ಸುದ್ದಿಯೆಡೆಗೆ ಹರಿದ ಇವರ ನೋಟ ಇವರನ್ನು ಶೌರ್ಯ ಚಕ್ರ ಪಡೆಯಲು ರಾಷ್ಟ್ರಪತಿ ಭವನದವರೆಗೂ ಕರೆದುಕೊಂಡು ಹೋದದ್ದು ವಿಸ್ಮಯವೇ ಸರಿ. ಹೌದು! ಇವರ ಕಣ್ಣಿಗೆ ಬಿದ್ದಿದ್ದ ಆ ಸುದ್ದಿ - ಸೇನಾ ನೇಮಕಾತಿಗೆ ನಡೆಯುತ್ತಿದ್ದ ಓಪನ್ ರ್ಯಾಲಿಯ ಬಗೆಗಿನ ಸುದ್ದಿಯಾಗಿತ್ತು. ಸರಿ. ಏನಾದರಾಗಲಿ, ಒಂದು ಸಲ ಟ್ರೈ ಮಾಡಿಬಿಡೋಣವೆಂದು ಓಪನ್ ರ್ಯಾಲಿಗೆ ಹೆಸರು ನೋಂದಾಯಿಸಿ ರ್ಯಾಲಿ ನಡೆಯುತ್ತಿದ್ದಲ್ಲಿಗೆ ಹೋಗಿ ನೋಡಿದರೆ ಇವರಿಗೇ ಗೊತ್ತಿಲ್ಲದ ಭಯ ಇವರನ್ನು ಆವರಿಸಿತ್ತು. ಯಾವುದೋ ಹಳ್ಳಿಯೊಂದರಲ್ಲಿ ಹುಟ್ಟಿ ಬೆಳೆದ ಹುಡುಗನಿಗೆ ಮಿಲಿಟರಿಯ ಬಗ್ಗೆ

ಮಾಹಿತಿಯಾದರೂ ಎಲ್ಲಿಂದ ಸಿಕ್ಕೀತು? ಅದೂ ಇಂಟರ್ನೆಟ್ ನ ಅಬ್ಬರವಿಲ್ಲದ ಆ ಕಾಲದಲ್ಲಿ? ಓಪನ್ ರ್ಯಾಲಿ ಎಂದರೆ ಏನೋ? ಹೇಗಿರುತ್ತದೋ ಏನೋ? ಏನೇನು ಪ್ರಶ್ನೆ ಕೇಳುತ್ತಾರೋ? ಏನು ಪರೀಕ್ಷೆ ಕೊಡುತ್ತಾರೋ? ರನ್ನಿಂಗ್ ರೇಸ್, ಜಂಪಿಂಗ್ ಎಲ್ಲ ಮಾಡಲು ಹೇಳುತ್ತಾರೋ ಏನೋ? ನಾನು ಪಾಸಾಗಬಲ್ಲೆನೇ? ಎಂಬ ದುಗುಡ. ಓಪನ್ ರ್ಯಾಲಿಗೆ ಬಂದಿದ್ದವರ ಕಡೆ ಒಮ್ಮೆ ಕಣ್ಣು ಹಾಯಿಸಿದರೆ, ಬಂದಿದ್ದವರ ಸಂಖ್ಯೆಯೂ ಕಡಿಮೆಯೇನಿರಲಿಲ್ಲ. ನೂರಾರು ಅಭ್ಯರ್ಥಿಗಳ ಜಾತ್ರೆಯಂತಿತ್ತು ಅಲ್ಲಿನ ಪರಿಸರ. ಇಷ್ಟು ಜನರ ಮಧ್ಯೆ ನನ್ನನ್ನು ಸೆಲೆಕ್ಟ್ ಮಾಡಬಲ್ಲರೇ? ದೇವರೇ ಹೇಗಾದರೂ ನನ್ನನ್ನು ಸೆಲೆಕ್ಟ್ ಮಾಡುವಂತೆ ಮಾಡಪ್ಪಾ...ಎಂದು ಮನಸಿನಲ್ಲೇ ತನ್ನ ಮನೆದೇವರನ್ನು ನೆನೆದು ಧೈರ್ಯ ತಂದುಕೊಂಡರು. ದೇವರ ಹೆಗಲ ಮೇಲೆ ಭಾರ ಹಾಕಿದ ಮೇಲೆ ಅವನು ಸುಮ್ಮನೆ ಬಿಡುವನೇ? "ಆಯಿತು ಕಂದಾ. ನಿನ್ನ ಆಸೆಯನ್ನು ಈಡೇರಿಸುವೆ. ಹೋಗು ದೇಶಸೇವೆಯನ್ನು ಮಾಡು. ನಿನ್ನಂತವರ ಸೇವೆ ಈ ದೇಶಕ್ಕೆ ಬೇಕಿದೆ" ಎಂದು ಆಶೀರ್ವದಿಸಿಯೇಬಿಟ್ಟ. ನೋಡನೋಡುತ್ತಿದ್ದಂತೆ ಹೆಬ್ಬೂರಿನಲ್ಲಿ ಟೈಲರಿಂಗ್ ಮಷೀನ್ ತುಳಿಯುತ್ತಿದ್ದ ಇವರ ಕಾಲುಗಳು ಕಾಶ್ಮೀರದ ಗಡಿ ಕಾಯಲು ತಯಾರಾಗಿದ್ದವು. ಕತ್ತರಿ ಹಿಡಿದು ಬಟ್ಟೆಯನ್ನು ಹರಿಯುತ್ತಿದ್ದ ಅವರ ಕೈಗಳು ಬಂದೂಕು ಹಿಡಿದು ವೈರಿಗಳ ತಲೆ ಸೀಳಲು ತಯಾರಾಗಿದ್ದವು. ಆರಂಭದಲ್ಲಿ ಹಿರಿಯ ಮಗನನ್ನು ಮಿಲಿಟರಿಗೆ ಕಳಿಸಿಕೊಡಲು ಮನೆಯಲ್ಲಿ ಹಿಂಜರಿದರಾದರೂ ಅವರನ್ನೆಲ್ಲ ಒಪ್ಪಿಸಿ, ದೇಶಸೇವೆಗೆ ಈ ಜೀವನ ಮೀಸಲು ಎಂದು ಹೇಳಿ, ಅವರ ಆಶೀರ್ವಾದವನ್ನು ಪಡೆದು, ಸೀದಾ ತಮಿಳುನಾಡಿನ ವೆಲಿಂಗ್ಟನ್ ಕಡೆಯ ರೈಲು ಹತ್ತಿದರು. ಮೊನ್ನೆ ತಾನೇ ಭಾರತೀಯ ಸೇನಾಪಡೆಯ ಮುಖ್ಯಸ್ಥ ಜನರಲ್ ಬಿಪಿನ್ ರಾವತ್ ರವರು ವೆಲಿಂಗ್ಟನ್ ಕಡೆ ಪಯಣಿಸುವಾಗ ಹುತಾತ್ಮರಾಗಿದ್ದು ನಮಗೆಲ್ಲ ಗೊತ್ತು ಅಲ್ಲವೇ? ತಮಿಳುನಾಡಿನ ಊಟಿ ಬಳಿ ವೆಲಿಂಗ್ಟನ್ ಎಂಬ ಊರಿನಲ್ಲಿದೆ ಮದ್ರಾಸ್ ರೆಜಿಮೆಂಟ್ ಸೆಂಟರ್ (ಎಂ.ಆರ್.ಸಿ). ಈ ಅಂಕಣದಲ್ಲಿ ಈಗಾಗಲೇ ನಾನು ಬರೆದಿರುವ ಬಹುತೇಕ ಯೋಧರೆಲ್ಲರೂ ಈ ಎಂ.ಆರ್.ಸಿ. ಯ ಯೋಧರೇ. ವಿಶಾಲವಾದ ಜಾಗದಲ್ಲಿ, ಹೊಸದಾಗಿ ಮಿಲಿಟರಿ ಸೇರುವವರಿಗೆ ತರಬೇತಿ ನೀಡುವ ಸುಸಜ್ಜಿತ ಟ್ರೈನಿಂಗ್ ಸೆಂಟರ್ ಇಲ್ಲಿದೆ. ಕೃಷ್ಣಮೂರ್ತಿಯವರೂ ಕೂಡ ಇದೇ ಎಂ.ಆರ್.ಸಿ. ಯ ಯೋಧರಾಗಿದ್ದು, 1995 ಡಿಸೆಂಬರ್ 28 ರಂದು ವೆಲಿಂಗ್ಟನ್ ನಿಂದ ತಮ್ಮ ಮಿಲಿಟರಿ ಜೀವನಕ್ಕೆ ನಾಂದಿ ಹಾಡಿದರು.

ಮಿಲಿಟರಿ ಜೀವನ ಶುರು:

ಸುಮಾರು ಒಂಭತ್ತು ತಿಂಗಳ ಕಠಿಣ ಟ್ರೈನಿಂಗ್ ಅನ್ನು ಮುಗಿಸಿದ ಬಳಿಕ ಇವರ ಮೊದಲ ಪೋಸ್ಟಿಂಗ್ ಸೂಕ್ಷ್ಮ ಪ್ರದೇಶವಾದ ಅಸ್ಸಾಂ ರಾಜ್ಯದ ಹಾಥಿಗಡ್ ಎಂಬ ಕಡೆಗೆ ಆಗುತ್ತದೆ. ಅಸ್ಸಾಂ ನಲ್ಲಿ ಒಂದು ವರ್ಷದ ಸೇವೆ ಸಲ್ಲಿಸಿದ ಬಳಿಕ 1997 ನೇ ಇಸವಿಯಲ್ಲಿ ಸೀದಾ ಗುಜರಾತಿನ ಜಾಮ್ ನಗರ್ ಗೆ ಎರಡನೆಯ ಪೋಸ್ಟಿಂಗ್. ಮೂರು ವರ್ಷಗಳ ಕಾಲ ಅಂದರೆ 1997 ರಿಂದ 2000 ದ ವರೆಗೆ ಜಾಮ್ ನಗರ್ ನಲ್ಲಿ ಕರ್ತವ್ಯ ನಿರ್ವಹಿಸುತ್ತಾರೆ. ಆ ಅವಧಿಯಲ್ಲಿಯೇ ನಡೆದದ್ದು ಕಾರ್ಗಿಲ್ ಯುದ್ಧ! ಕಾರ್ಗಿಲ್ ಯುದ್ಧಕ್ಕೆ ಸಂಬಂಧಿಸಿದಂತೆ ಇವರಿದ್ದ ತಂಡವನ್ನು ರಾಜಸ್ಥಾನದ ಬಾಡ್ಮೀರ್ ಗೆ ವರ್ಗಾಯಿಸುತ್ತಾರೆ. ಬಾಡ್ಮೀರ್ ನಲ್ಲಿ ಹಗಲು ರಾತ್ರಿ ಕಣ್ಣಲ್ಲಿ ಕಣ್ಣಿಟ್ಟು ದೇಶದ ಗಡಿಯನ್ನು ಕಾಯ್ದು, ಪಾಕಿಸ್ತಾನದ ಯಾವೊಬ್ಬ ಉಗ್ರನೂ ಭಾರತದೊಳಕ್ಕೆ ಕಾಲಿಡದಂತೆ ತಡೆದ ಕೀರ್ತಿ ಬಾಡ್ಮೀರ್ ನಲ್ಲಿದ್ದ ಆ ಧೀರಯೋಧರಿಗೆ ಸಲ್ಲಬೇಕು. ಒಂದು ವರ್ಷ ಕಾಲ ಬಾಡ್ಮೀರ್ ನಲ್ಲಿ ಸೇವೆ ಸಲ್ಲಿಸಿದ ಬಳಿಕ, ಮತ್ತೆ ಇವರಿದ್ದ ಬೆಟಾಲಿಯನ್ ಜಾಮ್ ನಗರ್ ಗೆ ಹಿಂದಿರುಗುತ್ತದೆ. ಜಾಮ್ ನಗರ್ ನಲ್ಲಿ ಮೂರು ವರ್ಷ ಸೇವೆಯ ನಂತರ ಇವರ ಪೋಸ್ಟಿಂಗ್ ಆದದ್ದು - ಕಾಶ್ಮೀರದ ಹಿಮಚ್ಛಾದಿತ ಅತಿ ಸೂಕ್ಷ್ಮ ಪ್ರದೇಶ ತಂಗ್ಧಾರ್ ಗೆ.

ತಾಂಗ್ಧಾರ್ ಪ್ರದೇಶ ನಾವೆಣಿಸಿದಷ್ಟು ಸುಲಭವಲ್ಲ:

ತಾಂಗ್ಧಾರ್ ಪ್ರದೇಶದ ಬಗ್ಗೆ ತಿಳಿದಿಲ್ಲದವರಿಗೆ ಒಂದು ಮಾಹಿತಿ - ತಾಂಗ್ಧಾರ್ ನ ಸುತ್ತಲೂ ಪಾಕಿಸ್ತಾನದ ಪ್ರದೇಶ. ಸುಮಾರು 95% ಪಾಕಿಸ್ತಾನದಿಂದ ಆವೃತವಾಗಿ ಚಿಕ್ಕದಾದ ಪ್ರದೇಶದಿಂದ ಮಾತ್ರ ಭಾರತಕ್ಕೆ ಸಂಪರ್ಕಿಸಿರುವ ಸೂಕ್ಷ್ಮ ಪ್ರದೇಶ ಇದು. ತಿಂಗಳಿಗೆ ಕಡಿಮೆಯೆಂದರೂ ಎರಡು ಬಾರಿಯಾದರೂ ಗುಂಡುಗಳ ಸದ್ದುಗದ್ದಲವಿದ್ದೇ ಇರುತ್ತದೆ. ಇಂತಿಪ್ಪ ತಾಂಗ್ಧಾರ್ ನ ಟೆಂಟ್ ಏರಿಯಾ ದಲ್ಲಿ ಇವರ ಪೋಸ್ಟಿಂಗ್ ಶುರುವಾಯ್ತು. ಟೆಂಟ್ ಏರಿಯಾ ಅಂದರೆ ಏನೆಂದು ಕೇಳಿದಿರಾ? ಒಂದೇ ಒಂದು ಟೆಂಟ್ ಹಾಕುವಷ್ಟು ಮಾತ್ರ ಜಾಗವಿರುತ್ತದೆಯಷ್ಟೆ. ಸುಮಾರು ಏಳು ಜನ ಸೈನಿಕರು ಮಾತ್ರ ಇರಬಹುದಾದಂತಹ ಚಿಕ್ಕ ಪ್ರದೇಶ ಅದು. ಅಂತಹ ಅತಿ ಚಿಕ್ಕ ಜಾಗದಲ್ಲಿದ್ದುಕೊಂಡೇ ಉಗ್ರರ ಮೇಲೆ ಹದ್ದಿನ ಕಣ್ಣುಗಳನ್ನಿಟ್ಟಿರಬೇಕಾಗುತ್ತದೆ. ನಮ್ಮ ಸೈನಿಕರು ಸ್ವಲ್ಪ ಎಚ್ಚರ ತಪ್ಪಿದರೂ ಸಾಕು, ಪಾಕಿ ಉಗ್ರರು ಸೀದಾ ನಮ್ಮ ದೇಶದ ಒಳಗೆ ಬಂದುಬಿಡಬಹುದು. ಒಮ್ಮೆ ಅಲ್ಲಿಂದ ಒಳಗೆ ಬಂದರೆ ಸಾಕು, ಕೆಲವೇ ಗಂಟೆಗಳಲ್ಲಿ ಕೂಪ್ವಾರ ನಗರಕ್ಕೆ ಸೇರಬಹುದು. ಆ ಜಾಗದಿಂದ ಉಗ್ರರ ನುಸುಳುವಿಕೆಗೆ ಅಂತ್ಯವೆಂಬುದೇ ಇಲ್ಲ. ವರ್ಷದ 365 ದಿನವೂ ಉಗ್ರರ ನುಸುಳುವಿಕೆಯ ಪ್ರಯತ್ನ ಇದ್ದೇ ಇರುತ್ತದೆ. ಅವರನ್ನು ಹೊಡೆದುರುಳಿಸುವ

ಪ್ರಯತ್ನ ನಮ್ಮ ಸೈನಿಕರಿಗೂ ಇದ್ದದ್ದೇ. ಉಗ್ರರ ನುಸುಳುವಿಕೆ ಎಂದರೆ ಆಗಲೋ ಈಗಲೋ ಒಬ್ಬರೋ ಇಬ್ಬರೋ ಉಗ್ರರಲ್ಲ. ಮೂರು ವರ್ಷಗಳ ಅವಧಿಯಲ್ಲಿ ಇವರ ತಂಡ ಅಲ್ಲಿ ಹೊಡೆದುರುಳಿಸಿದ್ದ ಉಗ್ರರ ಸಂಖ್ಯೆ ಎಷ್ಟಿದ್ದಿರಬಹುದು? ಒಂದು? ಎರಡು? ಉಹೂ..ಬರೋಬ್ಬರಿ ಅರವತ್ತ ನಾಲ್ಕು! ಎಷ್ಟೇ ಉಗ್ರರನ್ನು ಹೊಡೆದರೂ ಅಲ್ಲಿಂದ ಹೊಸ ಉಗ್ರರು ನುಸುಳುತ್ತಲೇ ಇರುತ್ತಾರೆ. ಆದ್ದರಿಂದಲೇ ತಾಂಗ್ಧಾರ್ ನ ಈ ಜಾಗ ಅತಿ ಸೂಕ್ಷ್ಮ. ಅಂತಹ ಪ್ರದೇಶದಲ್ಲಿ ಭಾರತದ ನೆಲವನ್ನು ಕಾಯುವ ಇವರ ಕೆಲಸ ಶುರುವಾಯ್ತು. ಹೇಳಿಕೇಳಿ ಇವರು ವೆಪನ್ ಆಪರೇಟ್ ಸ್ಪೆಷಲಿಸ್ಟ್. ಸಾಮಾನ್ಯ ಬಂದೂಕಿನಿಂದ ಹಿಡಿದು ರಾಕೆಟ್ ಲಾಂಚರ್, ಆಟೋಮ್ಯಾಟಿಕ್ ಗ್ರೆನೇಡ್ ಲಾಂಚರ್ (ಎ.ಜಿ.ಎಲ್) ಸೇರಿದಂತೆ ಎಂತಹ ಆಯುಧವನ್ನಾದರೂ ಸರಿ, ಅದನ್ನು ಗುರಿಯಿಡುವ ವಿದ್ಯೆ ಇವರಿಗೆ ಕರತಲಾಮಲಕ. ತಾಂಗ್ಧಾರ್ ನಂತಹ ಸೂಕ್ಷ್ಮ ಪ್ರದೇಶದಲ್ಲಿ ಸೇವೆ ಸಲ್ಲಿಸಬೇಕಾದರೆ ಇದು ಅವಶ್ಯಕ ಕೂಡ. ಹಾಗಾಗಿ ತಾಂಗ್ಧಾರ್ ಸೇವೆಗೆ ಸೆಲೆಕ್ಟ್ ಮಾಡುವ ನಿರ್ಧಾರ ತೆಗೆದುಕೊಂಡಿದ್ದ ಹಿರಿಯ ಅಧಿಕಾರಿಗಳ ನಿರ್ಧಾರ ಸರಿಯಾದದ್ದು ಎಂದು ಸಾಧಿಸಿ ತೋರಿಸಿದರು. ಕಡೆಗೂ ಉಗ್ರರ ನುಸುಳುವಿಕೆಯ ಎಲ್ಲ ರೀತಿಯ ಪ್ರಯತ್ನಗಳನ್ನೂ ವಿಫಲಗೊಳಿಸಿ ಭಾರತದ ಗಡಿಯನ್ನು ಸಂರಕ್ಷಿಸಿದ್ದರು.

ಶೌರ್ಯ ಚಕ್ರ ಸಾಹಸದ ಹಿಂದಿನ ರೋಚಕ ಕತೆ:

ತಂಗ್ಧಾರ್ ನಲ್ಲಿ ಇರುವಾಗ ಇವರ ತಂಡಕ್ಕೆ ಒಮ್ಮೆ ಉಗ್ರರ ಒಳನುಸುಳುವಿಕೆಯ ಬಗ್ಗೆ ಖಚಿತ ಮಾಹಿತಿ ದೊರೆಯುತ್ತದೆ. ಆ ಮಾಹಿತಿಯ ಆಧಾರದ ಮೇಲೆ ರಾತ್ರಿಯೆಲ್ಲಾ ಕಾಯ್ದಿದ್ದು, ಅವರನ್ನು ಹೊಡೆದು ಓಡಿಸಿದ ಕತೆಯೇ ರೋಚಕ. ಇವರ ದಾಳಿಗೆ ಹೆದರಿದ ಒಂದಷ್ಟು ಪಾಕಿ ಉಗ್ರರು ಅಸುನೀಗಿದರೆ ಇನ್ನೊಂದಷ್ಟು ಜನ ವಾಪಸ್ ಓಡಿ ಹೋಗುತ್ತಾರೆ. ಗಾಯಗೊಂಡು ಓಡಿ ಹೋದ ಉಗ್ರರ ಪತ್ತೆ ಕಾರ್ಯ ಅಸಾಧ್ಯ. ಆದರೂ ಅಧಿಕಾರಿಗಳ ಮನವೊಲಿಸಿ, ಅವರನ್ನು ಹುಡುಕುತ್ತಾ ಹೋಗುತ್ತಾರೆ. ಬಿಳಿಯ ಹಿಮದ ಮೇಲೆ ಚೆಲ್ಲಿದ್ದ ಕೆಂಪು ರಕ್ತವೇ ಇವರಿಗೆ ಉಗ್ರರ ಜಾಡನ್ನು ಸುಲಭವಾಗಿ ತೋರಿಸಿಬಿಡುತ್ತದೆ. ಆದರೆ ಅಲ್ಲಿಂದ ಕೇವಲ ನೂರೇ ಮೀಟರ್ ದೂರದಲ್ಲಿ ಪಾಕಿಸ್ತಾನದ ಸೇನೆಯ ಕ್ಯಾಂಪ್ ಬೇರೆ ಇದೆ. ಆದರೂ ಓಡಿಹೋಗಿ ಅವಿತು ಕುಳಿತಿದ್ದ ಉಗ್ರರ ಜಾಡು ಪತ್ತೆಮಾಡಿ, ಪಾಕಿಸ್ತಾನದ ಸೇನೆಯ ಕಣ್ಣಿಗೆ ಬೀಳದಂತೆ ಉಪಾಯ ಮಾಡಿ ಉಗ್ರರೆಡೆಗೆ ಗುರಿಯಿಟ್ಟು ಹೊಡೆದು, ಅಷ್ಟೂ ಜನ ಉಗ್ರರನ್ನು ಸದೆಬಡಿಯುತ್ತಾರೆ. ಇವರ ಈ ಪರಾಕ್ರಮಕ್ಕೆ ಮೆಚ್ಚಿ ಇವರಿಗೆ 2004 ರ ಶೌರ್ಯ

ಚಕ್ರ ಪ್ರಶಸ್ತಿಯನ್ನು ಪ್ರದಾನ ಮಾಡಲಾಯಿತು.

ಅಲ್ಲಿಂದ ಮಧ್ಯಪ್ರದೇಶದ ಮೋವ್ (ಮೋವ್ ಎಂದರೆ ಮಿಲಿಟರಿ ಹೆಡ್ ಕ್ವಾರ್ಟರ್ ಆಫ್ ವಾರ್) ಗೆ ಇವರನ್ನು ವರ್ಗಾವಣೆ ಮಾಡಲಾಯಿತು. ಎರಡು ವರ್ಷಗಳ ಕಾಲ ಮೋವ್ ನಲ್ಲಿ ಸೇವೆ ಸಲ್ಲಿಸಿದ ಮೇಲೆ, ಮತ್ತೆ ಜಮ್ಮು-ಕಾಶ್ಮೀರದ ರಚೌರಿಗೆ ವರ್ಗಾವಣೆ ಮಾಡಲಾಯಿತು. ಒಂದು ವರ್ಷ ಕಾಲ ರಚೌರಿಯಲ್ಲಿ ಸೇವೆ ಸಲ್ಲಿಸಿದ ಬಳಿಕ ವಿಶ್ವಸಂಸ್ಥೆಯ ಶಾಂತಿ ಪಡೆಯ ಅಂಗವಾಗಿ ಆಫ್ರಿಕಾದ ಕಾಂಗೋಗೆ ಕಳಿಸಲಾಯಿತು. ಒಂದು ವರ್ಷ ಕಾಲ ಕಾಂಗೋದಲ್ಲಿ ಸೇವೆ ಸಲ್ಲಿಸಿದ ಬಳಿಕ ಮತ್ತೆ ಲೇಹ್-ಲಡಾಖ್, ಅದಾದ ಬಳಿಕ ಪಂಜಾಬ್ ನ ಕಪುರ್ತಲಾದಲ್ಲಿ ಸೇವೆ ಸಲ್ಲಿಸಿದ ನಂತರ, ಮಿಲಿಟರಿ ಜೀವನಕ್ಕೆ ನಾಂದಿ ಹಾಡಿದ್ದ ವೆಲಿಂಗ್ಟನ್ ಗೆ ವರ್ಗವಾಗಿ, ಅಲ್ಲಿ ಸುಮಾರು ಎರಡು ವರ್ಷಕ್ಕೂ ಹೆಚ್ಚು ಕಾಲ ಸೇವೆ ಸಲ್ಲಿಸಿ ಡಿಸೇಂಬರ್ 2012 ರಲ್ಲಿ ನಿವೃತ್ತರಾದರು. ಚಂದ್ರಕಲಾ ಎಂಬ ಪತ್ನಿ, ಜತಿನ್ ಮತ್ತು ಸಚಿನ್ ಎಂಬ ಇಬ್ಬರು ಮಕ್ಕಳ ಸಂಸಾರದೊಡನೆ ಪ್ರಸ್ತುತ ತುಮಕೂರಿನಲ್ಲಿ ಸುಖೀ ಜೀವನ ನಡೆಸುತ್ತಿರುವ ಇವರ ಧೈರ್ಯ, ದೇಶಪ್ರೇಮ ಇತರರಿಗೆ ಮಾದರಿಯಾಗಲಿ ಎಂದು ಹೇಳುತ್ತಾ ಇವರಿಗೆ ಒಂದು ಹೆಮ್ಮೆಯ ನಮನ. ಜೈಹಿಂದ್!!!

15

ಯುದ್ಧಕ್ಕೂ ಬದ್ಧ ಕೃಷಿಗೂ ಸಿದ್ಧ - ನಿಂಗಪ್ಪ ಸಿಂಗೋಟಿ

"ಜೈ ಜವಾನ್ ಜೈ ಕಿಸಾನ್" ಎಂಬ ಘೋಷಣೆಯನ್ನೇ ತನ್ನ ಜೀವನದ ಪ್ರೇರಣೆಯಾಗಿಟ್ಟುಕೊಂಡು ಬದುಕುತ್ತಿರುವ ಧಾರವಾಡದ ವೀರಯೋಧನ ಕತೆಯನ್ನು ನಾನಿಂದು ಹೇಳಲಿದ್ದೇನೆ. ಧಾರವಾಡ ಜಿಲ್ಲೆಯ ನವಲಗುಂದದ ಬಳಿಯ ಬಸಾಪುರ ಎಂಬ ಹಳ್ಳಿಯಲ್ಲಿ 1967 ನೇ ಇಸವಿಯ ಜೂನ್ 01 ರಂದು ಬಡತನದ ಮನೆಯಲ್ಲಿ ಬಸಪ್ಪ ಸಿಂಗೋಟಿ ಹಾಗು ಚನ್ನಮ್ಮ ಸಿಂಗೋಟಿ ರವರ ಮಗನಾಗಿ ಹುಟ್ಟಿದ ಇವರು ಪ್ರಾಥಮಿಕ ಶಿಕ್ಷಣವನ್ನು ಸ್ವಗ್ರಾಮದಲ್ಲಿ ಮುಗಿಸಿ, ಪ್ರೌಢ ಶಿಕ್ಷಣಕ್ಕಾಗಿ ಅಣ್ಣಿಗೇರಿಯ ಅಮೃತೇಶ ಪ್ರೌಢಶಾಲೆಗೆ ಸೇರಿದರು. ನಂತರ ನವಲಗುಂದದಲ್ಲಿ ತಮ್ಮ ಪಿಯುಸಿಯನ್ನು ಕೂಡ ಮುಗಿಸಿದರು. ವಿದ್ಯಾರ್ಥಿ ದೆಸೆಯಿಂದಲೂ ಇವರು ತುಂಬಾ ಪ್ರತಿಭಾವಂತ ವಿದ್ಯಾರ್ಥಿಯೇ. ಹಳ್ಳಿಯ ವಾತಾವರಣದಲ್ಲಿ ಓದಿದರೂ ಕೂಡ ಇಡೀ ಪರೀಕ್ಷಾ ಕೇಂದ್ರದ ಎಲ್ಲಾ ವಿದ್ಯಾರ್ಥಿಗಳ ಪೈಕಿ ಎರಡನೇ ರ್ಯಾಂಕ್ ನಲ್ಲಿ ಎಸ್ಸೆಸ್ಸೆಲ್ಸಿ ಯನ್ನು ಪಾಸ್ ಮಾಡಿದ್ದರು. ಪಿಯುಸಿ ಮುಗಿಸಿ ಬಿ.ಕಾಮ್.ಮಾಡಿ ಉದ್ಯೋಗ ಗಿಟ್ಟಿಸಿಕೊಳ್ಳಬೇಕೆಂಬ ಒತ್ತಡವಿದ್ದರೂ ಕೂಡ ಏನಾದರೂ ಮಾಡಿ ಸೇನೆ ಸೇರಬೇಕೆಂಬ ಆಸೆ ಒಳಗಿನಿಂದ ಪ್ರತಿಕ್ಷಣ ಇವರನ್ನು ಜಾಗೃತಗೊಳಿಸುತ್ತಲೇ ಇತ್ತು.

ಸೇನೆ ಸೇರಿದ ಹಿಂದಿನ ರೋಚಕ ಕತೆ: ಹೇಳಿ ಕೇಳಿ ಹಳ್ಳಿಯಲ್ಲೇ ಹುಟ್ಟಿದ ಒಬ್ಬ ಹಳ್ಳಿಯ ಹುಡುಗನಿಗೆ ಸೇನೆ ಸೇರುವ ಹಂಬಲ ಬಂದದ್ದಾದರೂ ಹೇಗೆ ಎಂದು ಕೇಳುವಿರಾ? ಈ ಯೋಧರಿಗೊಂದು ನಮನ ಅಂಕಣದಲ್ಲಿ ಈಗಾಗಲೇ ಬರೆದಿರುವ ಎಷ್ಟೋ ಸೈನಿಕರ ಸಂಚಿಕೆಗಳಲ್ಲಿ ಕೂಡ ಸೇನೆ ಸೇರುವ ಒಲವು ಚಿಕ್ಕಂದಿನಿಂದಲೇ ಇತ್ತು ಎಂದು ಬರೆದಿದ್ದೇನೆ. ಆ ವಾಕ್ಯವನ್ನು ಕೇವಲ ಲೇಖನ ಚನ್ನಾಗಿ ಮೂಡಿಬರಲಿ ಎಂಬ ಉತ್ಪ್ರೇಕ್ಷೆಗಾಗಿ ಬರೆದದ್ದಲ್ಲ. ಸೇನೆ ಎಂಬುದು ಕೇವಲ ಸಂಬಳ ಕೊಡುವ ಉದ್ಯೋಗವಲ್ಲ. ಕೆಲಸ ಗಿಟ್ಟಿಸಿ, ಪ್ರತಿ ತಿಂಗಳು ಸಂಬಳ ಪಡೆದು, ಮದುವೆಯಾಗಿ, ಜೀವನದಲ್ಲಿ ಸೆಟಲ್ ಆಗಬೇಕೆಂಬ ಆಸೆಯನ್ನಷ್ಟೇ ಹೊಂದಿರುವವರು ಸೇನೆ ಸೇರಿದ ಒಂದೇ ಒಂದು ನಿದರ್ಶನವೂ ಭಾರತದಲ್ಲಿಲ್ಲ. ಭಾರತದಲ್ಲಷ್ಟೇ ಏಕೆ? ಬಹುಶಃ ವಿಶ್ವದ ಬೇರಾವ ದೇಶದಲ್ಲೂ ಇದ್ದಿರಲಿಕ್ಕಿಲ್ಲ. ಸಂಬಳ, ನನ್ನ ಸ್ವಂತ ಜೀವನ ಎಂಬ ಸಿದ್ಧ ಸೂತ್ರಗಳ ಹೊರತಾಗಿಯೂ ಏನನ್ನಾದರೂ ಸಾಧಿಸಬೇಕು, ಅದರಲ್ಲೂ ದೇಶಕ್ಕಾಗಿ ಏನಾದರೂ ಕೊಡುಗೆ ನೀಡಬೇಕು ಎಂಬ ಆಸೆಯಿದ್ದರೆ ಮಾತ್ರ ಯಾವುದೇ ವ್ಯಕ್ತಿಗೆ ಸೇನೆ ಸೇರುವತ್ತ ಮನಸ್ಸಾಗುತ್ತದೆ. ತನ್ನ ಪ್ರಾಣಕ್ಕೆ ಹೆದರುವವ ಅಥವಾ ದೇಶಪ್ರೇಮ ಇಲ್ಲದವ ಎಂದೂ ಸೈನಿಕನಾಗಲಾರ. ಜೀವನ ನಡೆಸುವುದೇ ಗುರಿಯಾದರೆ ಲಕ್ಷ ಲಕ್ಷ ರೀತಿಯ ಉದ್ಯೋಗ-ವ್ಯಾಪಾರದ ಅವಕಾಶಗಳು ನಮ್ಮಲ್ಲಿವೆ. ಈ ಅವಕಾಶಗಳ ಹೊರತಾಗಿಯೂ ಯೋಚಿಸಿದರೆ ಮಾತ್ರ ಸೇನೆಯ ಯುನಿಫಾರ್ಮ್ ಧರಿಸುವ ಅದೃಷ್ಟ ಒದಗಿಬಂದೀತು. ಅದೂ ಅಲ್ಲದೆ, ಸೇನೆ ಸೇರಬೇಕೆಂಬ ಇಂಗಿತ ಇದ್ದಕ್ಕಿದ್ದಂತೆ ಬರುವುದಿಲ್ಲ. ನಮಗೇ ಅರಿವಿಲ್ಲದಂತೆಯೇ ಚಿಕ್ಕಂದಿನಿಂದಲೂ ಒಂದು ಸೆಳೆತ ದೇಶದ ಕಡೆಗೆ ಇದ್ದರೆ ಮಾತ್ರ ಇದು ಸಾಧ್ಯವಾದೀತು. ನಮ್ಮ ಇಂದಿನ ಸಂಚಿಕೆಯ ಕಥಾ ನಾಯಕ ನಿಂಗಪ್ಪ ಸಿಂಗೋಟಿಯವರ ಕತೆಯಲ್ಲಿ ನಡೆದದ್ದೂ ಇದೇರೀತಿಯ ಮ್ಯಾಜಿಕ್. ಐದನೇ ತರಗತಿಯಲ್ಲಿ ಓದುತ್ತಿದ್ದವರೆಗೂ ಅವರೂ ಕೂಡ ಎಲ್ಲರಂತೆಯೇ ಸಾಮಾನ್ಯ ವಿದ್ಯಾರ್ಥಿ. ಆದರೆ ಸ್ವಾತಂತ್ರ್ಯ ದಿನಾಚರಣೆಯಂದು ನಡೆದ ಒಂದು ಘಟನೆ ಇವರನ್ನು ಸೈನಿಕನನ್ನಾಗಿಸಿತ್ತು. ಇವರು ಐದನೇ ತರಗತಿಯಲ್ಲಿದ್ದಾಗ ಆಗಸ್ಟ್ ಹದಿನೈದರಂದು ಶಾಲೆಯಲ್ಲಿ ಸ್ವಾತಂತ್ರ್ಯ ದಿನಾಚರಣೆಯ ಸಿದ್ಧತೆ ಜೋರಾಗೇ ನಡೆದಿತ್ತು. ಆಗಷ್ಟೇ ಇವರ ಪಕ್ಕದ ಊರಿನ ಯೋಧನೊಬ್ಬ ರಜೆಯ ಮೇಲೆ ಊರಿಗೆ ಬಂದಿದ್ದರಂತೆ. ಆ ಯೋಧನನ್ನೇ ಮುಖ್ಯ ಅತಿಥಿಯಾಗಿ ಇವರ ಶಾಲೆಗೇ ಕರೆದಿದ್ದರಂತೆ. ಸೈನ್ಯದ ಸಮವಸ್ತ್ರದಲ್ಲಿ ಬಂದು ಧ್ವಜಾರೋಹಣ ನೆರವೇರಿಸಿದ್ದ ಆ ಯೋಧನ ಶಿಸ್ತು, ಅವರು ಮಾಡಿದ ಭಾಷಣ, ಆಡಿದ ಮಾತುಗಳನ್ನು ಕೇಳುತ್ತಾ ಆ ಪುಟ್ಟ ಬಾಲಕನ

ಮನಸಿನಲ್ಲಿ ನೂರಾರು ಕನಸುಗಳು ಗರಿಗೆದರಿದ್ದವು. ನಾನೂ ಕೂಡ ಸೈನ್ಯ ಸೇರಿ, ಯೋಧನಾಗಿ, ಇದೇ ರೀತಿ ಬೇರೆ ಶಾಲೆಗೆ ಹೋಗಿ ಧ್ವಜಾರೋಹಣ ನೆರವೇರಿಸಬೇಕು ಎಂಬ ಆಸೆ ಆಗ ಮೂಡಿತ್ತು. ಆ ರೀತಿ ಮನಸಿನ ಮೂಲೆಯಲ್ಲೆಲ್ಲೋ ಮೂಡಿ ಅವಿತು ಕುಳಿತಿದ್ದ ಆ ಆಸೆಯೇ ಇವರು ಬಿ.ಕಾಮ್. ಓದುತ್ತಿದ್ದಾಗ ಮಿಲಿಟರಿ ರ್ಯಾಲಿಯಲ್ಲಿ ಇವರ ಹೆಸರು ನೋಂದಾಯಿಸುವಂತೆ ಮಾಡಿತ್ತು.

1987, ಜನವರಿ ಹದಿನೈದರಂದು ಮಿಲಿಟರಿ ಸೆಲೆಕ್ಷನ್ ಗೆ ಸಂಬಂಧಿಸಿದ ರ್ಯಾಲಿಯೊಂದು ಹುಬ್ಬಳ್ಳಿಯಲ್ಲಿ ನಡೆಯುತ್ತಿರುವ ವಿಚಾರ ಇವರ ಕಿವಿಗೆ ಬಿತ್ತು. ತಕ್ಷಣ ಆ ರ್ಯಾಲಿಗೆ ಹೆಸರನ್ನು ನೋಂದಾಯಿಸಿಯೇ ಬಿಟ್ಟರು. ಆ ರ್ಯಾಲಿಯಲ್ಲಿ ನಡೆದ ದೈಹಿಕ, ಮಾನಸಿಕ ಹಾಗು ವೈದ್ಯಕೀಯ ಪರೀಕ್ಷೆಗಳೆಲ್ಲದರಲ್ಲೂ ಮೊದಲ ದರ್ಜೆಯಲ್ಲಿಯೇ ತೇರ್ಗಡೆಯಾದರು. ಅದೇ ದಿನ ಸಂಜೆ ನಡೆದ ಲಿಖಿತ ಪರೀಕ್ಷೆಯಲ್ಲಿಯೂ ಕೂಡ ಅದ್ಭುತ ಅಂಕಗಳಿಂದ ಪಾಸಾಗಿದ್ದರು. ಅಷ್ಟೇ! ಮುಂದೆ ಹೇಳುವುದು ಏನಿದೆ? ಧಾರವಾಡ ಹಳ್ಳಿಯ ಹುಡುಗನೊಬ್ಬ ಭಾರತೀಯ ಸೇನೆಗೆ ಆಯ್ಕೆಯಾಗಿಬಿಟ್ಟಿದ್ದ. ಆ ನಂತರ ಬೆಂಗಳೂರಿನಲ್ಲಿ ನಡೆದ ತರಬೇತಿಯಲ್ಲಿ ಕೂಡ ಉತ್ತಮವಾದ ಅಂಕಗಳೊಡನೆ, ನೀಲಿ ಕಾರ್ಡ್ ಗೌರವದೊಂದಿಗೆ ತಮ್ಮ ತರಬೇತಿಯನ್ನು ಪೂರ್ಣಗೊಳಿಸಿದರು. (ಆರ್ಮಿ ತರಬೇತಿಯ ಸಮಯದಲ್ಲಿ ಉತ್ತಮವಾದ ವಿದ್ಯಾರ್ಥಿಗೆ ನೀಡುವ ಗೌರವವನ್ನು ಬ್ಲೂ ಕಾರ್ಡ್ ಅಥವಾ ನೀಲಿ ಕಾರ್ಡ್ ಎನ್ನುತ್ತಾರೆ). ಒಂದು ಬ್ಯಾಚಿನಲ್ಲಿ ಒಬ್ಬರಿಗೋ ಅಥವಾ ಇಬ್ಬರಿಗೋ ಸಿಗಬಹುದಾದ ವಿಶೇಷ ಗೌರವ ಅದು. ಅಂತಹ ವಿಶೇಷ ಗೌರವವನ್ನು ಡ್ರಿಲ್ ಮತ್ತು ವೆಪನ್ ಟ್ರೈನಿಂಗ್ ನಲ್ಲಿ ತೋರಿದ ಶ್ರದ್ಧೆಗೆ ಟ್ರೈನಿಂಗ್ ಅವಧಿಯಲ್ಲಿಯೇ ಪಡೆದದ್ದು ನಿಂಗಪ್ಪನವರ ಸಾಧನೆ.

ಸೇನಾ ಜೀವನ ಪ್ರಾರಂಭ

ಸೇನೆಯ ತರಬೇತಿ ಮುಗಿದೊಡನೆ ಅಮೃತಸರದಲ್ಲಿರುವ 15 ಎಂಜಿನಿಯರ್ ರೆಜಿಮೆಂಟ್ ನಲ್ಲಿ ಇವರ ಸೇವೆ ಪ್ರಾರಂಭವಾಯಿತು. ಆ ರೆಜಿಮೆಂಟಿನ ಭಾಗವಾಗಿ ಸಿಕ್ಕಿಂಗೆ ಹೋದರು. 1990 ರಲ್ಲಿ ಸಿಕ್ಕಿಂನ ಸಿಲಿಗುರಿಗೆ ಹೋದರು. ಆಗಷ್ಟೇ ಆ ಸಿಕ್ಕಿಂನ ನತುಲಾ ಬಾರ್ಡರ್ ನಲ್ಲಿ ಚೀನಾ ವಿರುದ್ಧ ಆಪರೇಷನ್ ವಿಜಯ್ ನಡೆಯುತ್ತಿದ್ದ ಸಂದರ್ಭ. ಸುಮಾರು ಎರಡೂವರೆ ತಿಂಗಳು ಆ ಆಪರೇಷನ್ ನಲ್ಲಿ ಭಾಗಿಯಾಗಿದ್ದ ಕೀರ್ತಿ ಇವರದ್ದು. ಭಾರತೀಯ ಸೇನೆಯ ಯೋಧರಿಗೆ ಹೆಚ್ಚಿನ ಗಾಯವಾಗದೆ ಪ್ರಾಣಾಪಾಯವಾಗದೆ ಗೆದ್ದ ಕೀರ್ತಿ ಆ ಆಪರೇಶನದ್ದು. ಚೀನಾ ವಿರುದ್ಧ ನಡೆದ ಆ ಯುದ್ಧದಲ್ಲಿ ವಿಜಯಪತಾಕೆ ಹಾರಿಸಿ, ದೋಕ್ಲಮ್, ಭೀಮ್

ಫೇಸ್ ಸೇರಿದಂತೆ ಇತರ ಜಾಗಗಳನ್ನು ವಶಪಡಿಸಿಕೊಂಡು, ಆ ಪ್ರದೇಶಗಳನ್ನು ಭಾರತದ ಭೂಪಟಕ್ಕೆ ಸೇರಿಸಿದ ಕೀರ್ತಿ ಇವರದ್ದು.

1992 ರಲ್ಲಿ ನಡೆದಿದ್ದ ರಾಷ್ಟ್ರೀಯ ಮಟ್ಟದ ಎಂಜಿನಿಯರಿಂಗ್ ಪರೀಕ್ಷೆಗೇಕೆ ಕಟ್ಟಬಾರದು? ಎಂದು ಆಲೋಚಿಸಿ ಆ ಪರೀಕ್ಷೆಯನ್ನೂ ಕಟ್ಟಿದರು. ಬೆಂಗಳೂರಿಗೆ ಬಂದು ಆ ಪರೀಕ್ಷೆ ಬರೆದು ಅದನ್ನೂ ಕೂಡ ಅತ್ಯುತ್ತಮ ಅಂಕಗಳೊಡನೆ ಪಾಸ್ ಮಾಡಿದರು. ನಂತರ ಪುಣೆಯಲ್ಲಿರುವ ಮಿಲಿಟರಿ ಎಂಜಿನಿಯರಿಂಗ್ ಕಾಲೇಜಿನಲ್ಲಿ ಆರ್ಕಿಟೆಕ್ಚರ್ ಡಿಪ್ಲೊಮಾವನ್ನು ಸೇರಿದರು. ಆ ಕಾಲೇಜಿನ ಇತಿಹಾಸದಲ್ಲಿ ಯಾರೂ ಪಡೆಯದಿದ್ದಷ್ಟು ಹೆಚ್ಚಿನ ಅಂಕಗಳನ್ನು ಗಳಿಸಿ ತೇರ್ಗಡೆ ಹೊಂದಿದ್ದು ಇವರ ಮತ್ತೊಂದು ಸಾಧನೆ. ಇಡೀ ಮಿಲಿಟರಿ ಎಂಜಿನಿಯರಿಂಗ್ ವಿಭಾಗವೇ ಇವರ ಜ್ಞಾನದಾಹವನ್ನು ಮೆಚ್ಚಿ ಕೊಂಡಾಡುತಿದ್ದರು. ಈಗ ಪ್ರಸ್ತುತ ಸೇನೆಯಲ್ಲಿ ಲೆಫ್ಟಿನೆಂಟ್ ಕರ್ನಲ್ ಆಗಿ ಸೇವೆ ಸಲ್ಲಿಸುತ್ತಿರುವ ಕರ್ನಾಟಕದ ಮತ್ತೊಬ್ಬ ಮಹಾನ್ ವೀರಯೋಧ ಶ್ರೀ ಅಮರನಾಥ್ ಅವರು ಮೆಕ್ಯಾನಿಕಲ್ ಎಂಜಿನಿಯರಿಗ್ ನಲ್ಲಿ ಬೆಳ್ಳಿ ಪದಕ ಪಡೆದರೆ, ನಿಂಗಪ್ಪ ಸಿಂಗೋಟಿಯವರು ಇಂಟೀರಿಯರ್ ಅರ್ಕಕಿಟೆಕ್ಚರ್ ನಲ್ಲಿ ಬೆಳ್ಳಿ ಪದಕ ಪಡೆದಿದ್ದರು. ಈ ಮೂಲಕ ಕರ್ನಾಟಕದ ಕೀರ್ತಿ ಪತಾಕೆಯನ್ನು ಈ ಇಬ್ಬರೂ ಎತ್ತಿಹಿಡಿದಿದ್ದರು. ನಂತರ ಮಿಲಿಟರಿ ಎಂಜಿನಿಯರಿಂಗ್ ನಲ್ಲಿ ಇವರು ತಮ್ಮ ಸೇವೆಯನ್ನು ಪ್ರಾರಂಭಿಸಿದರು. ದೆಹಲಿ, ಕಾರ್ಗಿಲ್, ಬೆಂಗಳೂರು, ಕಲ್ಕತ್ತ, ಅಂಬಾಲಾ ಸೇರಿದಂತೆ ದೇಶದ ಅನೇಕ ಭಾಗಗಳಲ್ಲಿ ಸೇವೆ ಸಲ್ಲಿಸಿದ್ದಾರೆ. ಮಿಲಿಟರಿ ಇಂಜಿನಿಯರಿಂಗ್ ಸರ್ವಿಸ್ ನಲ್ಲಿದ್ದಾಗ ದೆಹಲಿಯಲ್ಲಿನ ಜಾಕಿರ್ ಹುಸೇನ್ ಮಾರ್ಗದಲ್ಲಿರುವ ಪ್ರಾಜೆಕ್ಟ್ ಒಂದನ್ನು ನಿಭಾಯಿಸುವ ಸಂಪೂರ್ಣ ಹೊಣೆಗಾರಿಕೆ ಇವರ ಹೆಗಲ ಮೇಲೆ ಬಿತ್ತು. ನಿಗದಿಯಾಗಿದ್ದ ಸಮಯಕ್ಕಿಂತ ಮೊದಲೇ ಬಹಳ ಅಚ್ಚುಕಟ್ಟಾಗಿ ಆ ಪ್ರಾಜೆಕ್ಟ್ ಅನ್ನು ಪೂರ್ತಿಗೊಳಿಸಿ, "ಬೆಸ್ಟ್ ವರ್ಕರ್" ಎಂಬ ಪ್ರಶಸ್ತಿಯನ್ನು ಕೂಡ ಇವರು ಪಡೆದಿದ್ದಾರೆ. ಹೀಗೆ ಹೇಳುತ್ತಾ ಹೋದರೆ ಇವರು ಮಾಡಿರುವ ಸಾಧನೆಗಳ ಒಂದು ಉದ್ದದ ಪಟ್ಟಿಯನ್ನೇ ತಯಾರಿಸಬಹುದೇನೋ?

ಯುದ್ಧಭೂಮಿಯಿಂದ ಕೃಷಿಭೂಯೆಡೆಗೆ

2009 ರಲ್ಲಿ ಸೇನೆಯಿಂದ ನಿವೃತ್ತರಾಗಿ ಪ್ರಸ್ತುತ ತಮ್ಮ ಸ್ವಗ್ರಾಮದಲ್ಲಿ ವಿಶ್ರಾಂತ ಜೀವನ ನಡೆಸುತ್ತಿದ್ದಾರೆ. ಭಾರತಮಾತೆಯ ಸೇವೆಯಿಂದ ನಿವೃತ್ತರಾದ ಮೇಲೆ ಹಳ್ಳಿಗೆ ಬಂದು ತನ್ನ ತಾಯಿಯ ಸೇವೆ ಮಾಡತೊಡಗಿದರು. ಇವರ ತಂದೆಯವರು ಲಾಲ್ ಬಹಾದ್ದೂರ್ ಶಾಸ್ತ್ರಿಯವರ ಅಪ್ಪಟ ಅನುಯಾಯಿಗಳು. "ಜೈ ಜವಾನ್ ಜೈ ಕಿಸಾನ್" ಎಂದು ಸದಾ ಹೇಳುತ್ತಿದ್ದರಂತೆ.

ಹೇಗೂ ಇಪ್ಪತ್ತೆರಡು ವರ್ಷ ಜೈ ಜವಾನ್ ಆಗಿ ಸೇವೆ ಮಾಡಿಯಾಯಿತು. ಜೈ ಕಿಸಾನ್ ಅನ್ನು ಏಕೆ ಒಂದು ಕೈ ನೋಡಬಾರದು? ಎಂದು ನಿರ್ಣಯಿಸಿ, ಮುಂದಿನ ಜೀವನವನ್ನು ಪೂರ್ತಿ ಕೃಷಿಗೆ ತೊಡಗಿಸಿಕೊಂಡು ಲಾಲ್ ಬಹಾದ್ದೂರ್ ಶಾಸ್ತ್ರಿಯವರಿಗೆ ಗೌರವ ಕೊಡೋಣವೆಂದು ನಿಶ್ಚಯಿಸಿ, 2009 ರಿಂದ ಇಂದಿನವರೆಗೂ ಕೃಷಿ ಕಾಯಕದಲ್ಲಿ ತೊಡಗಿದ್ದಾರೆ. ಇವರ ಇಬ್ಬರ ಮಕ್ಕಳು ಸುನಿಲ್ ಸಿಂಗೋಟಿ ಮತ್ತು ವಿದ್ಯಾ ಸಿಂಗೋಟಿ ಕೂಡ ತಂದೆಯಂತೆಯೇ ಎಂಜಿನಿಯರಿಂಗ್ ನಲ್ಲಿ ಪದವೀಧರರು. ಇವರ ಪತ್ನಿ ಶ್ರೀಮತಿ ಮಾಲಾ ಸಿಂಗೋಟಿ, ಕೇವಲ ಬದುಕಿನಲ್ಲಷ್ಟೇ ಇವರ ಪಾರ್ಟ್ನರ್ ಆಗಿರದೆ, ಕೃಷಿ ಕಾಯಕದಲ್ಲೂ ಕೂಡ ಇವರ ಪಾರ್ಟ್ನರ್ ಆಗಿದ್ದಾರೆ. ಕೇವಲ ಹಳೆಯ ಪದ್ಧತಿಯ ಕೃಷಿಯನ್ನು ನೆಚ್ಚಿ ಕೂರುವುದು ಇವರಿಗೆ ಇಷ್ಟವಾಗಲಿಲ್ಲ. ಹೇಳಿಕೇಳಿ ಇಂಜಿನಿಯರಿಂಗ್ ವಿಭಾಗದಲ್ಲಿ ಸೇವೆ ಸಲ್ಲಿಸಿದ್ದವರು. ಭಾರತದ ಮೂಲೆ ಮೂಲೆ ಸುತ್ತಾಡಿ ನೋಡಿದ್ದವರು. ಹಳೆಯ ವಿಧಾನ ಇವರಿಗೆ ಇಷ್ಟವಾದೀತೇ? ಖಂಡಿತಾ ಇಲ್ಲ. ಕೃಷಿಯಲ್ಲಿ ಹೊಸ ಹೊಸ ಆವಿಷ್ಕಾರಗಳ ಪ್ರಯೋಗ ಮಾಡತೊಡಗಿದರು. ಮೆಣಸಿನಕಾಯಿ ಮತ್ತು ಈರುಳ್ಳಿ ಬೆಳೆಯುವ ವಿಧಾನದಲ್ಲಿ ಇವರು ಮಾಡಿದ ಪ್ರಯೋಗಕ್ಕೆ ಇಡೀ ದೇಶದ ಕೃಷಿ ಕ್ಷೇತ್ರವೇ ನಿಬ್ಬೆರಗಾಗಿತ್ತು. ಒಂದು ಎಕರೆ ಒಣಭೂಮಿಯಲ್ಲಿ ಸುಮಾರು ಹತ್ತು ಕ್ವಿಂಟಲ್ ಮೆಣಸಿನಕಾಯಿ ಬೆಳೆಯುವಂತೆ ಮಾಡಿದ ಇವರ ಪ್ರಯೋಗವನ್ನು ಮೆಚ್ಚಿದ ಕೃಷಿ ತಜ್ಞರು 2017 ಏಪ್ರಿಲ್ 12 ರಂದು ಇವರಿಗೆ "ಬೆಸ್ಟ್ ಫಾರ್ಮರ್ ಇನೊವೇಟರ್" ಪ್ರಶಸ್ತಿಯನ್ನು ನೀಡಿ ಗೌರವಿಸಿದರು. ಅಂದಿನ ಆಂಧ್ರಪ್ರದೇಶ ಮುಖ್ಯಮಂತ್ರಿಯವರಿಂದ ಈ ಗೌರವವನ್ನು ಪಡೆದುಕೊಂಡದ್ದು ಇವರ ಕೃಷಿ ಕ್ಷೇತ್ರದ ಸಾಧನೆ.ಇಂದಿಗೂ ಸಹ ಹಲವಾರು ಹೊಸ ರೀತಿಯ ಕೃಷಿ ಪ್ರಯೋಗಗಳನ್ನು ಮಾಡುತ್ತಾ, ಆ ಪ್ರಯೋಗಗಳನ್ನು ಇವರ ಜಿಲ್ಲೆಯ ಇತರ ರೈತರಿಗೆ ಹೇಳಿಕೊಡುತ್ತಾ ಮಾದರಿಯಾಗಿದ್ದಾರೆ.

ಪ್ರಶಸ್ತಿಗಳ ಸರದಾರ

ಸೇನೆಯಲ್ಲಿ ಸಲ್ಲಿಸಿದ ಸೇವೆಗೆ ಹಲವಾರು ಪ್ರಶಸ್ತಿಗಳು ಇವರಿಗೆ ಸಂದಿವೆ. 2020 ರಲ್ಲಿ ಫೀಲ್ಡ್ ಮಾರ್ಷಲ್ ಕಾರ್ಯಪ್ಪ ಪ್ರಶಸ್ತಿ ಪಡೆದದ್ದು ನನ್ನ ಪೂರ್ವಜನ್ಮದ ಪುಣ್ಯ ಎಂದು ಹೆಮ್ಮೆಯಿಂದಲೇ ಹೇಳಿಕೊಳ್ಳುತ್ತಾರೆ. ಅನೇಕ ಏನ್.ಜಿ.ಓ, ವೃದ್ಧಾಶ್ರಮ ಸೇರಿದಂತೆ ಹಲವಾರು ಸಂಘಸಂಸ್ಥೆಗಳಲ್ಲಿ ಇಂದಿಗೂ ಇವರು ನಿರಂತರವಾಗಿ ಸೇವೆ ಸಲ್ಲಿಸುತ್ತಲೇ ಇದ್ದಾರೆ. 2020-21 ನೇ ಸಾಲಿನ "ಹೆಮ್ಮೆಯ ಭಾರತೀಯ" ಪ್ರಶಸ್ತಿ ಕೂಡ ಇವರಿಗೆ ಸಂದಿದೆ. "ಆರ್ಕಿಟೆಕ್ಟ್ ಆಫ್

ದಿ ಯಿಯರ್-2005" ಎಂಬ ಪ್ರಶಸ್ತಿಯನ್ನು ಕೂಡ ತನ್ನ ಸೇವಾ ಅವಧಿಯಲ್ಲಿ ಪಡೆದಿದ್ದಾರೆ. ಅನೇಕ ಸಂಘಸಂಸ್ಥೆಗಳು ಇವರನ್ನು ಗೌರವಿಸಿವೆ. ಸೇನೆ ಸೇರಲು ಸಹಕಾರ ನೀಡಿದ ನನ್ನ ಹೆಮ್ಮೆಯ ಸ್ಫೂರ್ತಿ ನನ್ನ ತಂದೆ-ತಾಯಿಯರಿಗೆ ಈ ಪ್ರಶಸ್ತಿಗಳನ್ನು ಅರ್ಪಿಸುತ್ತಿದ್ದೇನೆ ಎಂಬ ಮಾತನ್ನು ಇಂದಿಗೂ ಇವರು ಹೇಳುತ್ತಾರೆ.

ಹೀಗೆ ತನ್ನ ಇಡೀ ಸೇನೆಯ ಜೀವನದಲ್ಲಿ ದೇಶದ ಸೇವೆ ಮಾಡಿದ ಈ ಯೋಧ ನಿವೃತ್ತಿಯ ನಂತರ ಕೃಷಿಯಲ್ಲಿ ಕೂಡ ಸಾಧನೆ ಮಾಡಿದ್ದು ವಿಶೇಷ ಸಾಧನೆ. ಮಿಲಿಟರಿಯಿಂದ ನಿವೃತ್ತರಾಗಿ ಬಂದ ನಂತರ ಸೇನೆಯ ಜೊತೆಗಿನ ಒಡನಾಟವನ್ನು ಕಳೆದುಕೊಂಡರು ಎಂದುಕೊಂಡರೆ ಅದು ನಮ್ಮ ತಪ್ಪು. ಇಂದಿಗೂ ಸೈನಿಕರ ಕಷ್ಟದಲ್ಲಿ ನೆರವಾಗುವ ಅನೇಕ ಕಾರ್ಯಗಳನ್ನು ಮಾಡುತ್ತಲೇ ಇದ್ದಾರೆ. ಹಾ! ಅಂದಹಾಗೆ ಇವರು ಪ್ರಸ್ತುತ ಅಖಿಲ ಕರ್ನಾಟಕ ಮಾಜಿ ಸೈನಿಕರ ಸಂಘ, ಕರ್ನಾಟಕ ರಾಜ್ಯದ ಉಪಾಧ್ಯಕ್ಷರೂ, ಧಾರವಾಡ ಜಿಲ್ಲಾ ಘಟಕದ ಅಧ್ಯಕ್ಷರೂ ಹೌದು. ಒಮ್ಮೆ ಸೈನಿಕನಾದರೆ ಅವನು ಕಡೆಯ ಉಸಿರುರುವವರೆಗೂ ಸೈನಿಕರಾಗಿಯೇ ಇರುತ್ತಾರೆ ಎನ್ನುವುದು ಅದಕ್ಕೆ ಅಲ್ಲವೇ? "ಜೈ ಜವಾನ್. ಜೈ ಕಿಸಾನ್" ಎಂಬ ಮಾತುಗಳನ್ನು ರಕ್ತದ ಕಣಕಣದಲ್ಲೂ ಸೇರಿಸಿಕೊಂಡು ಅದರಂತೆಯೇ ಬದುಕಿ ತೋರಿಸಿದ ನಿಂಗಪ್ಪ ಸಿಂಗೋಟಿಯವರಿಗೆ ಒಂದು ಸೆಲ್ಯೂಟ್. ಇವರು ಮತ್ತು ಇವರ ಕುಟುಂಬ ಎಲ್ಲ ಸದಸ್ಯರಿಗೂ ಆ ಭಗವಂತ ಆಯುರಾರೋಗ್ಯ ನೀಡಲಿ ಎಂಬುದೇ ನಮ್ಮ ಪ್ರಾರ್ಥನೆ.. ಜೈ ಹಿಂದ್.

16

ಯೋಧರನ್ನು ತಯಾರು ಮಾಡುವ ಫ್ಯಾಕ್ಟರಿ - ಪರ್ವೇಜ್ ಇಸ್ಮಾಯಿಲ್ ಹವಾಲ್ದಾರ್.

ಪ್ರತಿಯೊಬ್ಬ ಕನ್ನಡಿಗನ ಎದೆಯಲ್ಲೂ ದೇಶಭಕ್ತಿ ಪ್ರವಹಿಸುವಂತೆ ಮಾಡುವ ತಾಕತ್ತು ಆ ಊರ ಹೆಸರಿಗಿದೆ. ಇನ್ನೂ ನೂರಾರು ವರ್ಷ ಕಳೆದರೂ ದೇಶದ ಇತಿಹಾಸದಲ್ಲಿ ಹಸಿರಾಗಿಯೇ ಉಳಿಯುವಂತಹ ಶಕ್ತಿ ಕೂಡ ಆ ಊರಿಗಿದೆ. ಸ್ವಾತಂತ್ರ್ಯ ಸಂಗ್ರಾಮಕ್ಕೆ ಕಿಚ್ಚು ಹಚ್ಚಿದ ಊರು ಎಂದರೆ ನಮಗೇ ಅರಿವಿಲ್ಲದಂತೆ ಆ ಊರ ಹೆಸರು ನಮ್ಮ ಮನಃ ಪಟಲದ ಮುಂದೆ ಹಾದುಹೋಗಿರುತ್ತದೆ. ಹೌದು ಕರ್ನಾಟಕದ ಕೀರ್ತಿಯನ್ನು ಜಗದಗಲ ಹರಡಿದ ಆ ಊರೇ ಕಿತ್ತೂರು. ರಾಣಿ ಚೆನ್ನಮ್ಮ, ಕ್ರಾಂತಿವೀರ ಸಂಗೊಳ್ಳಿರಾಯಣ್ಣನಂತಹ ಅಪ್ರತಿಮ ವೀರರನ್ನು ಕೊಟ್ಟ ಕೀರ್ತಿ ಆ ಊರಿನ ಮಣ್ಣಿಗಿದೆ. ನಿಮಗೆ ತಿಳಿದಿರಲಿ, ಇಂದಿಗೂ ಸಹ ನಿರಂತರವಾಗಿ ಈ ಊರು ಅಪ್ರತಿಮ ದೇಶಭಕ್ತ ಯೋಧರನ್ನು ಭಾರತೀಯ ಸೇನೆಗೆ ಕೊಡುತ್ತಲೇ ಇದೆ. ಇಂತಹ ನೂರಾರು ಯೋಧರನ್ನು ತಯಾರು ಮಾಡಿ, ಅವರನ್ನು ಯುದ್ಧಕ್ಕೆ ಅಣಿಗೊಳಿಸಿಸಿ ಸೇನೆಗೆ ಭರ್ತಿ ಮಾಡುವ ಕಾಯಕವನ್ನು ನಿರಂತರವಾಗಿ ಐದು ವರ್ಷಗಳಿಂದಲೂ ಮಾಡುತ್ತಾ ಬಂದಿರುವ ಕಾಯಕಯೋಗಿ ಯೋಧರೊಬ್ಬರ ಬಗ್ಗೆ ತಿಳಿಯೋಣ ಬನ್ನಿ.

ಭಾರತೀಯ ಸೇನೆಯಲ್ಲಿ ಸೇವೆ ಸಲ್ಲಿಸುತ್ತಿದ್ದ ಆ ಯೋಧನಿಗೆ ಸದಾ ಕಾಲ ಆ ಒಂದು ಯೋಜನೆ ನಿರಂತರ ಕಾಡುತ್ತಲೇ ಇತ್ತು. ದಿನಕಳೆದಂತೆ ಆ ಯೋಜನೆಯೇ ಇವರನ್ನು ಸಂಪೂರ್ಣ ಆಕ್ರಮಿಸಿಕೊಂಡಿತ್ತು. ಸೇನೆಯಲ್ಲಿ ಮುಂದುವರೆಯಬೇಕೆ? ಅಥವಾ ನಿವೃತ್ತಿ ಹೊಂದಿ ಆ ಯೋಜನೆಯನ್ನು ಪೂರ್ಣಗೊಳಿಸಲೇ ಎಂದು ಯೋಚಿಸುತ್ತಲೇ ಸೇನೆಯಿಂದ ಸ್ವಯಂ ನಿವೃತ್ತಿ ತೆಗೆದುಕೊಂಡು ತಮ್ಮ ಯೋಜನೆಯನ್ನು ಕಾರ್ಯಗತ ಮಾಡಲು ಪ್ರಾರಂಭಿಸಿಯೇಬಿಟ್ಟರು. ಇದೇನಪ್ಪಾ? ಸೇನೆಯಿಂದ ನಿವೃತ್ತಿ ಹೊಂದಿದ ಬಗ್ಗೆ ಹೇಳುತ್ತಿದ್ದಾರೆ ಎಂದುಕೊಂಡಿರಾ? ಮುಂದೆ ಓದಿ:

ಸೈನಿಕರನ್ನು ತಯಾರು ಮಾಡುವ ಫ್ಯಾಕ್ಟರಿ:

ನಾನು ಹೇಳುತ್ತಿರುವುದು ಒಂದಲ್ಲ, ಎರಡಲ್ಲ, 57 ಬಾರಿ ಪ್ಯಾರಾಚೂಟ್ ನಿಂದ ಹಾರಿ ದಾಖಲೆ ಬರೆದಿದ್ದ ಧೀರ, ರಷ್ಯಾ, ಅಮೆರಿಕಾ ಸೇನೆಗಳ ಜೊತೆ ಸಮರಾಭ್ಯಾಸ ನಡೆಸಿದ್ದ ಯೋಧನೊಬ್ಬನ ಕತೆ. ಹುಟ್ಟಿದ್ದು, ಬೆಳೆದಿದ್ದು ಕಿತ್ತೂರು ಸನಿಹದ ಹಳ್ಳಿಯಲ್ಲಿ. ವೀರ ರಾಣಿ ಚೆನ್ನಮ್ಮನನ್ನು ದೇಶಕ್ಕೆ ಕೊಟ್ಟ ನಾಡಿನಲ್ಲಿ ಇನ್ನೊಂದಷ್ಟು ಸೈನಿಕರನ್ನು ತಯಾರು ಮಾಡಬಾರದೇಕೆ? ದೇಶಭಕ್ತಿ ಎಂಬುದು ಕಿತ್ತೂರಿನ ಮಣ್ಣಿನಲ್ಲೇ ಬಂದಿರುತ್ತದೆ. ಅದಕ್ಕೆ ನೀರೆರೆದು, ಪೋಷಿಸಿ ಸ್ವಲ್ಪ ಗೊಬ್ಬರ ಹಾಕಿದರೆ ಸಾಕು. ದೇಶಭಕ್ತಿ ಎಂಬ ಆ ಬೀಜ ತಾನೇ ತಾನಾಗಿ ಮೊಳಕೆಯೊಡೆದು, ಗಿಡವಾಗಿ, ಹೆಮ್ಮರವಾಗಿ ಬೆಳೆಯುತ್ತದೆ. ಸೇನೆಯಲ್ಲಿ ನಾನು ಸೇವೆ ಸಲ್ಲಿಸುತ್ತಿದ್ದರೆ ಈ ದೇಶಕ್ಕೆ ಒಬ್ಬ ಸೈನಿಕ ಇದ್ದಂತೆ. ಅದೇ ನಾನು ಸೇನೆಯಿಂದ ನಿವೃತ್ತಿಯಾಗಿ ಊರಿಗೆ ಹೋಗಿ, ಸೈನಿಕರನ್ನು ತಯಾರು ಮಾಡಿದರೆ ನನ್ನಂತಹ ನೂರು ಜನರನ್ನು ಸೇನೆಗೆ ಕಳಿಸಬಹುದು ಎಂದು ಆಲೋಚಿಸಿ, ಸುಮಾರು ಇಪ್ಪತ್ತು ವರ್ಷ ಕಾಲ ಸೇವೆ ಸಲ್ಲಿಸಿದ್ದ ಸೇನೆಯಿಂದ ನಿವೃತ್ತಿ ಹೊಂದಿ ಊರಿಗೆ ವಾಪಸ್ ಬಂದರು. ಬಂದ ಮಾರನೆಯ ದಿನವೇ ಸೈನಿಕರನ್ನು ತಯಾರು ಮಾಡುವ ಫ್ಯಾಕ್ಟರಿಯನ್ನು ತೆರೆದರು. ನಂಬುತ್ತೀರೋ ಇಲ್ಲವೋ ಇಲ್ಲಿಯವರೆಗೂ ನೂರಾಎಂಭತ್ತಕ್ಕೂ ಹೆಚ್ಚಿ ಯುವಕರನ್ನು ಅಣಿಗೊಳಿಸಿ ಸೇನೆಗೆ ಸೇರಿಸಿದ್ದಾರೆ ಎಂದರೆ ಆ ಕನಸು ಎಷ್ಟು ಶಕ್ತಿಯುತವಾಗಿತ್ತು? ಆ ಕನಸನ್ನು ಸಾಕಾರಗೊಳಿಸಲು ಎಷ್ಟು ಕಷ್ಟ ಪಟ್ಟಿರಬೇಕು? ಎಂದು ಊಹಿಸಿ. ಹೌದು. ಸೇನೆಯಿಂದ ನಿವೃತ್ತರಾಗಿ ಬಂದು ರಿಯಲ್ ಎಸ್ಟೇಟು ಅಥವಾ ಮತ್ತಾವುದೋ ಲಾಭದಾಯಕ ವ್ಯಾಪಾರ ಮಾಡುವ ಅವಕಾಶ ಕೂಡ ಇವರಿಗಿತ್ತು. ಆದರೆ ಅದೆಲ್ಲವನ್ನೂ ಬದಿಗಿರಿಸಿ, ಗ್ರಾಮೀಣ ಭಾಗದ ಮನೆಮನೆಯ ಕದ ತಟ್ಟಿ, ಮನೆಮನೆಯ ಯುವಕರನ್ನು ಒಂದೆಡೆ ಸೇರಿಸಿ, ಸೇನೆಯ ಬಗ್ಗೆ ಅರಿವು ಮೂಡಿಸಿ, ಅದಕ್ಕೆ ಬೇಕಾದ ಟ್ರೈನಿಂಗ್, ಮಾಹಿತಿಗಳನ್ನೆಲ್ಲಾ ಕೊಡಿಸಿ, ಕೆಲವೊಮ್ಮೆ

ತಾವೇ ಕರೆದುಕೊಂಡು ಹೋಗಿ ರ್ಯಾಲಿಗಳಲ್ಲಿ ಅವರನ್ನು ಸೇರಿಸಿ, ಸೇನೆ ಸೇರಿಸುವ ತನಕ ಆ ಯುವಕರ ಸಂಪೂರ್ಣ ಜವಾಬ್ದಾರಿಯನ್ನು ತಮ್ಮ ಹೆಗಲ ಮೇಲೆ ಹೊತ್ತು ನಡೆಯುತ್ತಿದ್ದಾರೆ. ನಮಗೆಲ್ಲ ತಿಳಿದಿರುವಂತೆ ಕೊರೋನಾ ಕಾರಣದಿಂದಾಗಿ ಕಳೆದೆರಡು ವರ್ಷಗಳಿಂದ ಸೇನಾ ಭರ್ತಿ ರ್ಯಾಲಿಗಳು ಕಡಿಮೆಯಾಗಿವೆ. ಇಲ್ಲವಾಗಿದ್ದರೆ ಬಹುಶಃ ಇಷ್ಟು ಹೊತ್ತಿಗಾಗಲೇ ಇವರು ತಯಾರು ಮಾಡಿದ ಸೈನಿಕರ ಸಂಖ್ಯೆ ಐನೂರರ ಗಡಿ ದಾಟುತ್ತಿತ್ತೇನೋ? ಹಗಲಿರುಳೆನ್ನದೆ ಈ ರೀತಿ ನೂರಾರು ಯುವಕರನ್ನು ಹಳ್ಳಿಹಳ್ಳಿಯ ಮನೆಮನೆಗಳಿಂದ ಹೆಕ್ಕಿ ತೆಗೆದು, ಅವರನ್ನು ಸೇನೆಗೆ ಸೇರಿಸುತ್ತಿರುವ ಆ ಕಾಯಕ ಯೋಗಿಯೇ ಪರ್ವೇಜ್ ಇಸ್ಮಾಯಿಲ್ ಹವಾಲ್ದಾರ್.

ಬಾಲ್ಯ, ವಿದ್ಯಾಭ್ಯಾಸ:

ಚೆನ್ನಮ್ಮನ ನಾಡು ಕಿತ್ತೂರು ತಾಲೂಕಿನ ದೇಮಟ್ಟಿ ಎಂಬ ಪುಟ್ಟ ಗ್ರಾಮದ ಇಸ್ಮಾಯಿಲ್ ಹವಾಲ್ದಾರ್ ಮತ್ತು ಜೈನಬ್ಬಿ ಹವಾಲ್ದಾರ್ ಎಂಬ ರೈತಾಪಿ ಕುಟುಂಬದ ದಂಪತಿಗಳ ಮನೆಮಗನಾಗಿ 1980 ಜೂಲೈ ತಿಂಗಳ 30ರಂದು ಹುಟ್ಟಿದ ಇವರು ತಮ್ಮ ಪ್ರಾಥಮಿಕ ಶಿಕ್ಷಣವನ್ನು ಸ್ವಗ್ರಾಮದಲ್ಲಿ ಮತ್ತು ಪ್ರೌಢ ಶಿಕ್ಷಣವನ್ನು ಕಿತ್ತೂರಿನ ಪ್ರೌಢ ಶಾಲೆಯಲ್ಲಿ ಮುಗಿಸಿದರು. ಸಂಗೊಳ್ಳಿ ರಾಯಣ್ಣನಂತೆಯೇ ನಾನು ಕೂಡ ಧೀರಯೋಧನಾಗಬೇಕು ಎಂಬ ಆಸೆಯೇ ಇವರನ್ನು ಭಾರತೀಯ ಸೇನೆಯೆಡೆಗೆ ಸೆಳೆದುಕೊಂಡಿತ್ತು. ಎಡಬಿಡದೆ ಪಟ್ಟ ಪ್ರಯತ್ನಕ್ಕೆ ಫಲವೆಂಬಂತೆ ಪಿಯುಸಿ ಓದುತ್ತಿರುವಾಗಲೇ ಅಂದರೆ 15 ಮೇ 1998 ರಂದು ಭಾರತೀಯ ಸೇನೆಯನ್ನು ಸೇರಿದರು. ಸೇನೆಗೆ ಭರ್ತಿಯಾದೊಡನೆ ಹೆಚ್ಚಿನ ತರಬೇತಿಗೆ ಹೈದರಾಬಾದಿನ ಆರ್ಟಿಲರಿ ಸೆಂಟರ್ ಗೆ ಇವರನ್ನು ಕಳಿಸಲಾಯಿತು. ಒಂದು ವರ್ಷ ಕಾಲ ಕಠಿಣ ತರಬೇತಿಯ ಸಂದರ್ಭದಲ್ಲಿ ಇವರಿಗೆ ಪ್ಯಾರಾ ಶೂಟ್ ರೆಜಿಮೆಂಟ್ ಸೇರುವ ಆಸೆ ಮೊಳಕೆಯೊಡೆಯಿತು. ಹಾಗಾಗಿ ಅದಕ್ಕೆ ಸಂಬಂಧಿಸಿದ ವಿವರಗಳನ್ನು ಸಂಪಾದಿಸಿ, ಅದಕ್ಕೆ ತಕ್ಕುದಾದ ಅರ್ಜಿಗಳನ್ನು ಭರ್ತಿ ಮಾಡಿ ಕಳಿಸಿದ್ದರು. ಒಂದು ವರ್ಷದ ಕಠಿಣ ಟ್ರೈನಿಂಗ್ ನಂತರ ಪ್ಯಾರಾ ವಾಲೆಂಟರ್ ಆಗಿ ಆಯ್ಕೆ ಮಾಡಿ, 9 ಪ್ಯಾರಾಶೂಟ್ ರೆಜಿಮೆಂಟಿನ ಭಾಗವಾಗಿ ಪಂಜಾಬಿನ ಮೋಗಾಗೆ ಮೊದಲ ಪೋಸ್ಟಿಂಗ್ ಆಗಿ ಇವರನ್ನು ಕಳಿಸಲಾಯಿತು. ಅಲ್ಲಿ ಮೂರು ತಿಂಗಳ ಪ್ರೊಬೇಷನ್ ಅವಧಿಯಲ್ಲಿ ಅತ್ಯುತ್ತಮ ಸಾಮರ್ಥ್ಯ ತೋರಿ ಪ್ಯಾರಾಶೂಟ್ ರೆಜಿಮೆಂಟಿನ ಪ್ಯಾರಾಟ್ರೂಪರ್ ಆಗಿ ಸೆಲೆಕ್ಟ್ ಆದರು. ನಂತರ ಆಗ್ರಾದಲ್ಲಿ ಪಿ.ಟಿ.ಎಸ್ (ಪ್ಯಾರಾಟ್ರೂಪರ್ ಟ್ರೈನಿಂಗ್ ಸ್ಕೂಲ್) ಟ್ರೈನಿಂಗ್ ಅನ್ನು ಪೂರ್ಣಗೊಳಿಸಿದರು. ಎತ್ತರದಲ್ಲಿ ಹಾರುತ್ತಿರುವ ಯುದ್ಧ

ವಿಮಾನದಿಂದ ಪ್ಯಾರಾಶೂಟ್ ಹಿಡಿದು ಚಂಗನೆ ಜಿಗಿಯುವ ಸಾಮರ್ಥ್ಯವನ್ನು ಸಾಬೀತುಪಡಿಸಿದರು. ಅದೂ ಬರೋಬ್ಬರಿ ಐದು ಜಂಪ್ ಗಳು. ಅದರಲ್ಲಿ ಇನ್ನೂ ಒಂದು ವಿಶೇಷವೆಂದರೆ ಈ ಐದು ನೆಗೆತಗಳಲ್ಲಿ ಮೂರು ಹಗಲಲ್ಲಿ ಆದರೆ, ಇನ್ನುಳಿದ ಎರಡು ನೆಗೆತಗಳು ಕಾರ್ಗತ್ತಲಿನಲ್ಲಿ ಆಗಿತ್ತು. ಈ ನೆಗೆತ ಇವರನ್ನು ಪ್ಯಾರಾಟ್ರೂಪರ್ ವಿಶೇಷ ತಂಡಕ್ಕೆ ಆಯ್ಕೆಯಾಗುವಂತೆ ಮಾಡಿತ್ತು.

ರಷ್ಯಾ-ಅಮೆರಿಕಾ ಸೇನೆಯ ಜೊತೆ ಜಂಟಿ ಸಮರಾಭ್ಯಾಸ:

ಸೇನೆಗೆ ಆಯ್ಕೆಯಾಗಿದ್ದರಿಂದ ಮೊದಲನೇ ಪಿಯುಸಿ ವಿದ್ಯಾಭ್ಯಾಸವನ್ನು ಅರ್ಧಕ್ಕೆ ಕೈಬಿಟ್ಟಿದ್ದರಲ್ಲವೇ? ಈಗೇಕೆ ಅದನ್ನು ಪೂರ್ಣಗೊಳಿಸಬಾರದೆಂದು ಯೋಚಿಸಿ ಸೇನೆಯಲ್ಲಿದ್ದಾಗಲೇ ತಮ್ಮ ಪಿಯುಸಿ ವಿದ್ಯಾಭ್ಯಾಸವನ್ನು ಮುಂದುವರೆಸಿ 2000 ನೇ ಇಸವಿಯಲ್ಲಿ ಪಿಯುಸಿಯನ್ನು ಕೂಡ ಪೂರ್ಣಗೊಳಿಸಿದರು. ಹೀಗೆ ಸೇನೆಯಲ್ಲಿದ್ದುಕೊಂಡೇ ಒಂದಷ್ಟು ಪರೀಕ್ಷೆಗಳನ್ನು ಕಟ್ಟಿ, ಒಂದೊಂದನ್ನೇ ಪಾಸಾಗುತ್ತಾ ಬಂದರು. ಜೊತೆಜೊತೆಯಲ್ಲಿಯೇ ಭಡ್ತಿ ಹೊಂದುತ್ತಲೇ ಇದ್ದರು. ಪ್ಯಾರಾಶೂಟ್ ನಲ್ಲಿ ಇವರು ಮಾಡದ ಸಾಹಸವಿಲ್ಲ, ತಮ್ಮದೇ ಆದ ಒಂದಷ್ಟು ಹೊಸ ನೆಗೆತಗಳನ್ನು ಕಂಡುಹಿಡಿಯುವಷ್ಟರ ಮಟ್ಟಿಗೆ ಪ್ಯಾರಾಶೂಟ್ ಜಿಗಿತವೆಂಬ ವಿದ್ಯೆಯನ್ನು ಕರಗತ ಮಾಡಿಕೊಂಡಿದ್ದರು. ಇವರ ದೈತ್ಯ ಪ್ರತಿಭೆಯನ್ನು ಕಂಡು ರಷ್ಯಾ ದೇಶಕ್ಕೆ ಇವರನ್ನು ಕಳಿಸಲಾಯಿತು. 2007 ರಲ್ಲಿ ರಷ್ಯಾಕ್ಕೆ ಹೋದ ಇವರು ರಷ್ಯಾ ದೇಶದ ಸೇನೆಯ ಜಂಟಿ ಸಹಭಾಗಿತ್ವದ ಜೊತೆ, ರಷ್ಯಾ ಯುದ್ಧವಿಮಾನಗಳ ವಿವರಗಳು, ರಷ್ಯಾ ಮಿಲಿಟರಿ ಕೌಶಲ್ಯಗಳು, ರಷ್ಯಾ ನಿರ್ಮಿತ ಯುದ್ಧ ವಿಮಾನಗಳಿಂದ ಪ್ಯಾರಾಶೂಟ್ ನಲ್ಲಿ ಜಿಗಿಯಲು ಬೇಕಾಗುವ ಕೌಶಲ್ಯಗಳು ಇವನ್ನೆಲ್ಲಾ ಕಲಿತು ಬಂದರು. ಕೇವಲ ರಷ್ಯಾ ಅಷ್ಟೇ ಅಲ್ಲ, ಅಮೆರಿಕಾದ ಸೇನೆಯ ಸಹಭಾಗಿತ್ವದಲ್ಲಿ ಕೂಡ ಇವರು ಅಭ್ಯಾಸ ನಡೆಸಿದ್ದಾರೆ ಎಂದರೆ ಇವರ ಸಾಮರ್ಥ್ಯವೆಷ್ಟಿರಬಹುದೆಂದು ಊಹಿಸಿ. ಹೌದು 2002 ರಲ್ಲಿ ಆಗ್ರಾದಲ್ಲಿ ಯು.ಎಸ್.ಏರ್ ಫೋರ್ಸ್ ಜೊತೆ ಜಂಟಿಯಾಗಿ ಇವರು ಸಮರಾಭ್ಯಾಸವನ್ನು ಕೂಡ ನಡೆಸಿದ್ದಾರೆ.

ಗನ್ ಪೊಸಿಷನ್ ಆಫೀಸರ್ ಆಗಿ ಪಯಣ:

ಸೇನೆಯಲ್ಲಿ ಒಂದೊಂದೇ ಪರೀಕ್ಷೆಗಳನ್ನು ಮುಗಿಸಿ, ನಿಧಾನವಾಗಿ ಒಂದೊಂದೇ ಹುದ್ದೆಗೆ ಭಡ್ತಿ ಹೊಂದುತ್ತಾ ಸಾಗಿದ ಇವರು 2012 ರ ಹೊತ್ತಿಗಾಗಲೇ ಜೂನಿಯರ್ ಕಮಿಷನ್ ಆಫೀಸರ್ ಹಂತಕ್ಕೆ ಏರಿದ್ದರು. ನಂತರ ಬೊಫೋರ್ಸ್ ಬಂದೂಕುಗಳನ್ನು ಬಳಸುವುದರಲ್ಲಿ ಕೂಡ ವಿಶೇಷ ಪರಿಣಿತಿಯನ್ನು ಪಡೆದ ಇವರು ಆರ್ಟಿಲರಿ ರೆಜಿಮೆಂಟ್ ನಲ್ಲಿ ಬೊಫೋರ್ಸ್ ಗನ್ ಪೊಸಿಷನ್

ಆಫೀಸರ್ ಆಗಿ ಸೇವೆ ಸಲ್ಲಿಸಿದರು. ನಮಗೆಲ್ಲಾ ತಿಳಿದಿರುವಂತೆ ಕಾರ್ಗಿಲ್ ಯುದ್ಧದ ಸಮಯದಲ್ಲಿ ಈ ಬೊಫೋರ್ಸ್ ಬಂದೂಕುಗಳು ಭಾರತದ ವಿಜಯಕ್ಕೆ ತುಂಬಾ ಸಹಕಾರಿಯಾಗಿದ್ದವು. 2012 ರಿಂದ 2017 ರ ವರೆಗೆ ಅಂದರೆ ಸುಮಾರು ಐದು ವರ್ಷಗಳ ಕಾಲ ಗನ್ ಪೊಸಿಷನ್ ಆಫೀಸರ್ ಮತ್ತು ತರಬೇತುದಾರರಾಗಿ ಇವರು ಸೇವೆ ಸಲ್ಲಿಸಿದ್ದರು. ಸೇನಾ ಪರೀಕ್ಷೆಗಳ ಜೊತೆ-ಜೊತೆಗೆ ತಮ್ಮ ವಿದ್ಯಾಭ್ಯಾಸವನ್ನೂ ಕೂಡ ಮುಂದುವರೆಸುತ್ತಲೇ ಇದ್ದರು. ಸೇನೆಯಲ್ಲಿದ್ದುಕೊಂಡೇ, ಪೂನಾ ವಿಶ್ವವಿದ್ಯಾಲಯದಿಂದ ಬಿಎಸ್ಸಿ ಪದವಿಯನ್ನೂ ಕೂಡ ಗಳಿಸಿದರು.

ಪಾಕಿಸ್ತಾನ ಗಾಡಿಯಲ್ಲಿ ಮೂರು ವರ್ಷ, ಚೀನಾ ಗಡಿಭಾಗದಲ್ಲಿ ಸುಮಾರು ಆರು ವರ್ಷ ಸೇರಿದಂತೆ ದೇಶದ ಉದ್ದಗಲಕ್ಕೂ ಸುಮಾರು ಇಪ್ಪತ್ತು ವರ್ಷಗಳ ಕಾಲ (ಹತ್ತೊಂಭತ್ತು ವರ್ಷ ಮೂರು ತಿಂಗಳು) ಸೇವೆ ಸಲ್ಲಿಸಿದ ಇವರು ಸೇನಾ ತರಬೇತಿ ಕೇಂದ್ರವೊಂದನ್ನು ತೆರೆದು, ಯುವಕರನ್ನು ಸೇನೆ ಸೇರಿಸಲೇಬೇಕು ಎಂಬ ಮಹದಾಸೆ ಹೊತ್ತು, ಸೇನೆಯಿಂದ 2017 ರಲ್ಲಿ ಸ್ವಯಂ ನಿವೃತ್ತಿ ಪಡೆದು ಊರಿಗೆ ಬಂದರು. ನಂಬುತ್ತೀರೋ ಇಲ್ಲವೋ, ಸೇನೆಯಿಂದ ಮನೆಗೆ ಬಂದದ್ದು ನಿನ್ನೆ ಸಂಜೆಯಾದರೆ, ಇವರ ಸೇನಾ ತರಬೇತಿ ಕೇಂದ್ರ ಓಪನ್ ಆದದ್ದು ಇಂದು. ಹೌದು. ಕೇವಲ ಅರ್ಧ ದಿನ ಕೂಡ ವಿಶ್ರಾಂತಿ ಇಲ್ಲ. ಹೀಗೆ ಶುರುವಾದ ಅವರ ಗ್ರಾಮೀಣ ಯುವಕರ ಸೇನಾ ತರಬೇತಿ ಕೇಂದ್ರದಿಂದ ಇಂದಿನವರೆಗೂ ನೂರಾ ಎಂಭತ್ತಕ್ಕೂ ಹೆಚ್ಚು ಯುವಕರು ಸೇನೆ ಸೇರಿದ್ದಾರೆ.

ದೇಶದ ಮೊದಲ ಮಹಿಳಾ ಮಿಲಿಟರಿ ಪೊಲೀಸ್ ಕೂಡಾ ಇವರ ಶಿಷ್ಯೆ:

ಶ್ರೀಮತಿ ನಿರ್ಮಲ ಸೀತಾರಾಮನ್ ಅವರು ಮಹಿಳೆಯರನ್ನು ಕೂಡ ಮಿಲಿಟರಿ ಪೊಲೀಸ್ ಹುದ್ದೆಗೆ ಆಯ್ಕೆ ಮಾಡುವಂತೆ ಹೊಸ ಕಾನೂನು ಮಾಡಿದ್ದು ನಮಗೆಲ್ಲಾ ತಿಳಿದೇ ಇದೆ. ಅಲ್ಲಿಯವರೆಗೂ ಮಿಲಿಟರಿ ಪೊಲೀಸ್ ನಲ್ಲಿ ಪುರುಷ ಅಭ್ಯರ್ಥಿಗಳನ್ನಷ್ಟೇ ಆಯ್ಕೆ ಮಾಡಲಾಗುತ್ತಿತ್ತು. ಪರೀಕ್ಷಾರ್ಥವಾಗಿ ಮೊದಲ ಬ್ಯಾಚ್ ನಲ್ಲಿ ನೂರು ಜನರ ಮಹಿಳೆಯರನ್ನು ಆಯ್ಕೆ ಮಾಡುವಂತೆ ಅರ್ಜಿಗಳನ್ನು ಕರೆಯಲಾಯಿತು. ಇದ್ದ ನೂರು ಹುದ್ದೆಗಳಿಗೆ ಬಂದಿದ್ದ ಅರ್ಜಿಗಳೆಷ್ಟು ಗೊತ್ತೇ? ಬರೋಬ್ಬರಿ ಎಂಟೂವರೆ ಲಕ್ಷ! ಹೌದು. ಆ ಎಂಟೂವರೆ ಲಕ್ಷ ಅರ್ಜಿಗಳ ಪೈಕಿ ಸಮರ್ಥ ನೂರು ಮಹಿಳಾ ಅಭ್ಯರ್ಥಿಗಳನ್ನು ಆಯ್ಕೆ ಮಾಡುವುದು ಎಷ್ಟು ಕಷ್ಟವಿರಬಹುದು? ಆ ರೀತಿ ಆಯ್ಕೆಯಾದ ತಂಡದಲ್ಲಿ ಕರ್ನಾಟಕ ಗ್ರಾಮೀಣ ಪ್ರತಿಭೆ ಭೀಮಕ್ಕ ಚೌಹಾಣ್ ಕೂಡ ಒಬ್ಬರು. ಇಲ್ಲಿ ಗಮನಿಸಬೇಕಾದ ವಿಶೇಷವೆಂದರೆ ಭೀಮಕ್ಕ ಚೌಹಾಣ್ ಪಳಗಿದ್ದು ಕೂಡ ಪರ್ವೇಜ್ ಅವರ

ಗರಡಿಯಲ್ಲಿಯೇ. ಇಂತಹ ಅದೆಷ್ಟೋ ಪ್ರತಿಭೆಗಳನ್ನು ತಯಾರು ಮಾಡಿ ಸೇನೆಗೆ ಸೇರಿಸಿದ ಕೀರ್ತಿ ಪರ್ವೇಜ್ ಅವರ ತರಬೇತಿ ಕೇಂದ್ರಕ್ಕೆ ಸಲ್ಲಬೇಕು. ಕೇವಲ ದೈಹಿಕ ತರಬೇತಿಯಷ್ಟೇ ಅಲ್ಲದೆ, ಸೇನೆಗೆ ಬೇಕಾಗುವ ಮಾನಸಿಕ ಧೃಡತೆ, ಸ್ಪರ್ಧಾತ್ಮಕ ಪರೀಕ್ಷೆ, ಮೌಖಿಕ ಪ್ರಶ್ನೆಗಳಿಗೆ ಉತ್ತರಿಸಬೇಕಾದ ವಿಧಾನ ಇವುಗಳನ್ನೆಲ್ಲಾ ಹೇಳಿಕೊಡಲೆಂದೇ ಡಿಫೆನ್ಸ್ ಭರ್ತಿ ಎಂಬ ಮೊಬೈಲ್ ಆಪ್ ಅನ್ನು ಸಿದ್ಧಪಡಿಸಿ, ಲಾಕ್ ಡೌನ್ ಸಂದರ್ಭದಲ್ಲಿ ಮನೆಯಲ್ಲಿದ್ದುಕೊಂಡೇ ಈ ಆಪ್ ಮೂಲಕ ತಮ್ಮ ವಿದ್ಯಾರ್ಥಿಗಳಿಗೆ ನಿರಂತರವಾಗಿ ಪ್ರತಿದಿನ ಸೇನಾ ಸಿದ್ಧತೆಗಳನ್ನು ಪಾಠಗಳನ್ನು ಮಾಡುತ್ತಲೇ ಸಾಗಿದರು. ಇದುವರೆಗೂ ಸುಮಾರು ಹತ್ತು ಸಾವಿರಕ್ಕೂ ಹೆಚ್ಚು ಯುವಕರು ಈ ಆಪ್ ನ ಉಪಯೋಗ ಪಡೆದಿದ್ದಾರೆ. ಮನೆಯಲ್ಲಿದ್ದುಕೊಂಡೇ ಸೇನೆ ಭರ್ತಿಗೆ ಸಂಬಂಧಿಸಿದ ಮಾಹಿತಿ, ಸ್ಪರ್ಧಾತ್ಮಕ ಪರೀಕ್ಷೆಗಳ ಪ್ರಶ್ನೆಪತ್ರಿಕೆಗಳನ್ನು ಅಭ್ಯಾಸ ಮಾಡಿ ಲಾಕ್ಡೌನ್ ಸಂದರ್ಭದಲ್ಲೂ ತರಬೇತಿಯನ್ನು ಪೂರ್ತಿಗೊಳಿಸಿದ್ದಾರೆ. ಈ ಆಪ್ ಅನ್ನು ಹುಟ್ಟು ಹಾಕಿದ ಇವರ ಪ್ರಯತ್ನಕ್ಕೆ ಮೆಚ್ಚಿ ಅಖಿಲ ಕರ್ನಾಟಕ ಮಾಜಿ ಸೈನಿಕರ ಸಂಘದಿಂದ ಫೀಲ್ಡ್ ಮಾರ್ಷಲ್ ಕಾರ್ಯಪ್ಪ ಪ್ರಶಸ್ತಿ ಇವರಿಗೆ ಸಂದಾಯವಾಗಿದೆ. ಕಿತ್ತೂರು ರಾಣಿ ಚೆನ್ನಮ್ಮ ಮಾಜಿ ಸೈನಿಕರ ಸಂಘವನ್ನು ಹುಟ್ಟು ಹಾಕಿದ ಕೀರ್ತಿ ಕೂಡ ಇವರಿಗೆ ಸಲ್ಲಬೇಕು. ಮಾಜಿ ಸೈನಿಕರಿಗೆ ಕಡಿಮೆ ಬೆಲೆಯಲ್ಲಿ ಮನೆ ಸಿಗಬೇಕು ಎಂದು ಯೋಚಿಸಿ, ಡಿಫೆನ್ಸ್ ಕಾಲೋನಿ ಎಂಬ ಪ್ರಾಜೆಕ್ಟ್ ಮೂಲಕ ಒಂದಷ್ಟು ಪ್ಲಾಟ್ ಗಳನ್ನು ಸಹ ನಿರ್ಮಿಸಿದ್ದಾರೆ.

ಪ್ರಶಸ್ತಿಗಳ ಸರದಾರ:

ಈಗಾಗಲೇ ಹೇಳಿದಂತೆ ಅಖಿಲ ಕರ್ನಾಟಕ ಮಾಜಿ ಸೈನಿಕರ ಸಂಘದಿಂದ ಫೀಲ್ಡ್ ಮಾರ್ಷಲ್ ಕಾರ್ಯಪ್ಪ ಪ್ರಶಸ್ತಿ, ಯುವಾ ಬ್ರಿಗೇಡ್ ವತಿಯಿಂದ ಅಭಿನಂದನಾ ಪ್ರಮಾಣಪತ್ರ, ಸತೀಶ ಅಣ್ಣಾ ಪ್ರತಿಭಾ ಪುರಸ್ಕಾರ, ರಾಣಿ ಚೆನ್ನಮ್ಮ ನವ ಭಾರತ ಸೇನೆಯಿಂದ ಅಭಿನಂದನಾ ಪ್ರಮಾಣಪತ್ರ, ಜಿಲ್ಲಾ ಆಡಳಿತ ಬೆಳಗಾವಿ ಹಾಗು ಜಿಲ್ಲಾ ಕೈಗಾರಿಕಾ ಕೇಂದ್ರ ಬೆಳಗಾವಿ ವತಿಯಿಂದ ಗೌರವ ಪ್ರಮಾಣಪತ್ರ ಸೇರಿದಂತೆ ಅನೇಕ ಪ್ರಶಸ್ತಿಗಳು ಇವರನ್ನು ಹುಡುಕಿಕೊಂಡು ಬಂದಿವೆ. ದೂರದರ್ಶನ, ಖಾಸಗಿ ಎಫ್.ಎಂ, ದೇಶದ ವಿವಿಧ ಪತ್ರಿಕೆಗಳು, ಟೀವಿ ಚಾನಲ್ ಗಳು ಸೇರಿದಂತೆ ಇವರನ್ನು ಕುರಿತ ಅನೇಕ ಸುದ್ದಿಗಳು, ಸಂದರ್ಶನಗಳು ಪ್ರಸಾರವಾಗಿವೆ. ತಮ್ಮ ಸಂಸ್ಥೆಯನ್ನು ರಾಜ್ಯಾದ್ಯಂತ ಕಟ್ಟಿ, ಸಾವಿರಾರು ಯುವಕರನ್ನು ಸೇನೆಗೆ ಸೇರಿಸುವ ಮಹದಾಸೆ ಇವರದ್ದು. ಇವರ ಈ ಆಸೆ ಆದಷ್ಟು ಬೇಗ ಕೈಗೂಡಲಿ; ಭಾರತೀಯ

ಸೇನೆಯಲ್ಲಿರುವ ಅತಿ ಹೆಚ್ಚು ಸೈನಿಕರು ಕರ್ನಾಟಕ ರಾಜ್ಯದವರೇ ಆಗಿರಲಿ ಎಂಬುದೇ ನಮ್ಮ ಆಶಯ. ಹೀಗೆ ಸೇನೆಯನ್ನೇ ತಮ್ಮ ಜೀವನದ ಉಸಿರಾಗಿರಿಸಿಕೊಂಡ ಇವರಿಗೂ, ಇವರ ಕುಟುಂಬ ಸದಸ್ಯರಿಗೂ ಆ ಭಗವಂತ ಇನ್ನಷ್ಟು ಆಯುಷ್ಯ, ಅರೋಗ್ಯ ನೀಡಲಿ. ಇವರ ಸೇವೆ ಹೀಗೆಯೇ ನಿರಂತರವಾಗಿ ಸಾಗಲಿ.. ಜೈ ಹಿಂದ್.

www.ingramcontent.com/pod-product-compliance
Lightning Source LLC
LaVergne TN
LVHW020132210825
819220LV00037B/1152
9798885913850